वेड्यांची शर्यत

फिरस्ती

उत्तम कांबळे

वेड्यांची शर्यत (फिरस्ती)

उत्तम कांबळे

© लता उत्तम कांबळे

चार्वाकाशय, दिंडोरी रोड, डॉ. देवधर शाळेसमोर, म्हसरूळ,
नाशिक - ४२२ ००४. फोन : (०२५३) २५३०६८९

प्रथम आवृत्ती : सप्टेंबर २०१७

अक्षरजुळणी व मांडणी : विकास प्रिंटिंग ॲन्ड कॅरिअर्स प्रा. लि.

मुखपृष्ठ : रूपा देवधर, पुणे

प्रकाशक

सकाळ पेपर्स प्रा.लि.
५९५, बुधवार पेठ, पुणे ४११ ००२

ISBN No. 978-93-86204-76-9

अधिक माहितीकरिता

संपर्क - ०२०-२४४० ५६७८/८८८८८ ४९०५०

sakalprakashan@esakal.com

माझ्यासारख्या अनेक बेनाम, बिनचेहऱ्यांच्या पोरांची
जडणघडण करून त्यांना चेहरा व नाव देणारे माझे एक गुरू
प्राचार्य पी. बी. पाटील आणि त्यांच्याच तापलेल्या विधायक वाटेवरून
चालणारा माझा गुरुबंधू गौतम पाटील यांना...

उत्तम कांबळे

रांग

बऱ्याच दिवसांपूर्वी घरात चिकटवलेली मॉट खराब झाली म्हणून नवीन मॉट घेण्यासाठी मी आणि आबा थोरात फुलबाजारातील एका दुकानात गेलो. मॉट पसंत केली; पण डेबिट कार्डवरून पैसे घेण्यास दुकानदार तयार झाला नाही. 'आमच्या मुख्य दुकानात जा, तिथं कार्ड चालेल', असं सांगत त्यानं आम्हाला पिटाळलंच. मग आम्ही त्याच्या मुख्य दुकानात गेलो. मॉट पसंत केली. दर विचारून घेतला. डेबिट कार्डचा विषय काढला तसं दुकानदार म्हणाला, ''आम्ही कार्ड स्वीकारत नाही.'' यावर मी म्हणालो, ''तुमच्याच दुकानातल्या माणसानं आम्हाला इथं पाठवलंय.'' यावर तो म्हणाला, ''त्याला ठाऊकच नाही की कार्ड वापरल्यावर किती कर भरावा लागतो. माफ करा. रोख द्या, कार्ड नको.''

रोकड नव्हती म्हणून मागं परतावं लागलं होतं. यावर एक मार्ग दुकानदारानं काढला. तो म्हणाला, ''थोडे ॲडव्हान्स द्या. घरी जाऊन रोख जमा करा. तासा - दोन तासात मटेरियल घेऊन कारागीर तुमच्या घरी येईल. काम झाल्यावर त्याला बाकीचे पैसे द्या.''

पर्यायच नव्हता, म्हणून दुकानदाराचे नियम मान्य केले. घराच्या आसपास दोन-तीन ठिकाणी एटीएमचं केंद्र होतं. एके ठिकाणी भली मोठी रांग होती. दुसऱ्या ठिकाणी गेलो. हे केंद्र बंद होतं. त्याच्याजवळच दुसरं केंद्र होतं. तेही बंद. मग आर.टी.ओ.च्या मागं गेलो. तिथलं केंद्र सुरू होतं. गर्दीही तशी तुलनेनं जेमतेम म्हणजे वीस-पंचवीस जण रांगेत होते. सर्वांत शेवटी जाऊन थांबलो. हाताच्या इशाऱ्यावर सुरक्षारक्षक रांगेला शिस्त लावत होता आणि रांगही आज्ञाधारक होऊन इशारे झेलत होती. अशी शिस्त फार पूर्वी आठवले शास्त्रींच्या कार्यक्रमात पाहायला मिळाली होती. झालंच तर आणीबाणीच्या काळात शिस्तीमुळे राष्ट्र मोठं बनतं, असं सांगितलं जात होतं. रांग पुढं-पुढं सरकत होती. सुरक्षारक्षकाला विचारलं, ''का हो शंभराच्या नोटा मिळतात का?'' यावर करड्या आवाजात तो म्हणाला, ''प्रत्येकाला सांगत बसलो की घसा कोरडा होऊन जाईल माझा. किती जणांना किती वेळा सांगू की दोन हजार रुपयांची एकच नोट मिळते म्हणून?. शिकलेले लोक आहात. तुम्ही सूचना वाचा. सगळं लिहिलंय.''

मीही आज्ञाधारक होऊन सूचना वाचू लागलो. शंभराच्या, पाचशेच्या नोटा मिळणार नाहीत. दोन हजारांची एक नोट मिळेल आणि खाली लिहिलं होतं, हुकूमावरून.

हुकूमावरून हा शब्द आता खूपच परिचित झाला आहे. देऊळ असो, धर्मशाळा असो, टपरी असो किंवा येथे घाण करू नये असं सांगणारी भिंत असो... हुकूमावरून हा शब्द हमखास भेटतो. हुकूमशाही नसली तरी ती पाळणारा अंश आपल्या 'डीएनए'त असावा म्हणून की काय हा शब्द येत असावा. नोटांची सूचना लिहिलेल्या ठिकाणी आणखी एक फलक होता. महिला व ज्येष्ठ नागरिकांनी डाव्या बाजूला स्वतंत्र रांग करावी. ही सूचना ऐकून आनंद झाला. एक तर अशा लोकांची रांग लागलेली नव्हती. मी चटकन डाव्या बाजूला जाऊन थांबलो. आपल्या वयानं साठी गाठल्याचा खूप आनंद झाला. ज्येष्ठत्व रांगेत उपयोगी पडतं, असं वाटायला लागलं. पण, माझा हा आनंद फार काळ टिकला नाही. सुरक्षारक्षक म्हणाला, ''अहो, मुख्य रांगेत थांबा. फार गर्दी असेल तेव्हाच ही स्वतंत्र रांग करायची असते. आता काय काय सांगू... शहाण्या माणसांना कळत कसं नाही?''

मी नम्रपणे म्हणालो, ''तुम्ही जे सांगताय ते इथे लिहिलेलं नाहीय.''

तो म्हणाला, ''सगळंच लिहायचं म्हटलं तर भिंत पुरणार नाही आणि शहाण्यासाठी एवढं पुरेसं असतं...''

मी वाद घातला नाही. शहाणे, शहाणे असा शब्द वापरत तो आयुष्यभर कमावलेल्या आपल्या शहाणपणावर पुन्हा शंका घेईल, याची भीती वाटली.

मी पुन्हा मुख्य रांगेत वळलो तर कडेवर मूल घेतलेली तरुणी आणि तिच्यापुढे एका तरुणाची रांगेत भरती झाली होती. पुन्हा मी सर्वांत शेवटी.

माझ्या समोरची तरुणी आणि तिच्यासमोरचा तरुण परस्परांना ओळखत असावेत.

तरुण तिला म्हणाला, बाळ कुणाचं आहे?

ती : ताईचं आहे.

तो : तू कशी काय रांगेत?

ती : जॉब सुटलाय, घरीच असते. आजोबा म्हणाले, तुला काम नाही. जा रांगेत. माझं जाऊ दे तू किती दिवसांनी भेटलास. काय करतोयस?

तो : मी जॉब सोडलाय. पी. जी. होऊनही दहा हजारच मिळायचे. नोकरी दिली सोडून. आता एम.पी.एस.सी.ची तयारी करायची म्हणतोय.

ती : मीही तसा विचार करतेय. लग्न ठरत नाहीय. नोकरीही नाहीय. एक चान्स घे एम.पी.एस.सी.साठी असे घरचे म्हणताहेत.

रांगेतला हा तरुण बोलत-बोलत पाठमोरा सरकत होता. त्याच्या शेजारचा एक माणूस दुसऱ्याला सांगू लागला, परवा ना रांगेत उभ्या राहिलेल्या एक आजीबाई चक्कर येऊन पडल्या. पायाला दुखापत झाली त्यांच्या. रांगेतल्या काहींनी त्यांना दवाखान्यात

नेलं. मग उशिरा त्यांचे नातेवाईक आले. एक जण रागावला आजीवर. मीही होतोच तिथं. नातेवाईक म्हणाला कसं, ''कुणी सांगितलं तुला रांगेत थांबायला? वाढवा झालं असतं तर.''

आजीबाई हसत म्हणाली, होईना का? पण ३० तारखेनंतर 'अच्छे दिन' येणार आहेत, असं पंतप्रधानांनी सांगितलंय. थोडी कळ सोसेन मी.

आजीचं ऐकून साऱ्यांची बोलती बंद.

या दोघांचं बोलणं सुरू असतानाच एक महिला आली आणि थेट रांगेत समोर धुसली. रांग संतापली. एकाच वेळी सर्वांच्या ओठांवर एकच वाक्य, 'अहो बाई, अहो मॅडम रांगेत थांबा ना! अहो सिक्युरिटी गार्ड सांगा ना यांना...'

सिक्युरिटी गार्ड रांगेपासून दूर कानाला मोबाईल लावून बोलत होता, रांगेकडे पाठ करून. रांगेत घुसलेली बाई रांगेपेक्षा मोठ्या आवाजात म्हणाली, मी रांगेतच आहे. कुणाचा नंबर घेतलेला नाही. माझ्यापुढं आहे ना तो माझा भाऊ आहे. नंबर लावण्यासाठी त्याला पाठविला होता. रांग चिडीचूप- अपराधीपणाची भावना तिच्या चेहऱ्यावर.

नंबर लावण्याचा हा प्रकार काही नवा नाही. नंबरासाठी कोणी मजूर पाठवतं, कुणी मोलकरीण, कुणी ड्रायव्हर, तर कुणी म्हाताऱ्या - कोताऱ्यांना पाठवतं. पूर्वी ग्रामीण भागात बस पकडताना अशी गोष्ट घडायची. बसच्या बाहेरच थांबून अनेक प्रवासी खिडकीतून आत टोपी, रुमाल, पिशवी टाकायचे. बसमध्ये गेल्यावर त्या-त्या आसनावर बसायचे. जणू काही तत्काळ बुकिंग... काही वेळा एकाच आसनावर दोन-दोन वस्तू पडायच्या. मग वाद व्हायचा. टोपी अगोदर, पटका अगोदर की रूमाल अगोदर...

रांग हळूहळू पुढं सरकत होती. प्रत्येकाच्या मनात एकच धास्ती होती आणि ती म्हणजे आपला नंबर आला आणि 'एटीएम'मधले पैसे संपले तर... काही जण ही भावना परस्परांना सांगायचे; तर काही जण तणावग्रस्त चेहऱ्यातून ती व्यक्त करायचे व ज्यांच्याकडे कार्ड आहे; पण ते त्यांना वापरता येत नाही अशांनी गल्लीतली चुणचुणीत पोरं आणली होती खाऊचं आमिष दाखवून; तर काहींनी बराच वेळ कार्ड काढून हातात ठेवलं होतं. काही जण आपला पिन नंबर पुनःपुन्हा आठवत होते.

रांगेतला एक जण म्हणाला, 'आयला आपला देश एकदम भारी हाय... पैसे असून आणि नसूनही खोळंबाच होतो...'

मॅट बसवणारा माणूस घरी आला असेल का, याची काळजी करीतच मीही मुंगीच्या पावलानं पुढं-पुढं सरकत होतो. रांगेत शेवटी येणारा प्रत्येक जण 'एटीएम'मधून बाहेर पडणाऱ्या माणसाला विचारायचा, काय हो शंभराच्या नोटा आहेत का? कुपोषित कागदापासून तयार केलेली दोन हजारांची नोट हलवत तो कृतीतूनच उत्तर द्यायचा, 'नाहीत...'

मग कोणीतरी म्हणायचा, निम्मा दिवस रांगेत आणि निम्मा चेंज करण्यात. कलियुग आलंय दुसरं काय?

दुसरा लगेचच उत्तर द्यायचा, थोडी कळ सोसा. सगळं चांगलं होणार आहे.

खरं तर रांग मोठी मजेशीर गोष्ट असते. आता सांगायचं झालं तर मी ज्या रांगेत होतो तिथं अनेक जण रांगेत राहून अर्थतज्ज्ञ बनले होते. अनेक जण देशाच्या धोरणाचा, राजकारणाचा अंदाज घेत होते. अनेक जण कार्डऐवजी आपला त्रागाच मशिनमध्ये घालून पैसे काढत होते. दोन हजारांची नोट बाहेर आली, की आनंद कमी आणि प्रश्न अधिक उपस्थित करीत होते. अनेक जण जुन्या नोटांच्या इतिहासात हरवले होते. जगातल्या सर्व गंभीर प्रश्नांवर रांगेत चर्चा होत होती. रांगेतल्या दोघांची चर्चा मात्र राजकारणावर आली. भाजपचे बरोबर आहे, विरोधक चुकतात असा चर्चेचा सूर होता. चर्चा मोठ्या आवाजात पोहोचली तेव्हा तेच जुनं वाक्य कुणी तरी फेकलं अहो थोडी कळ धरा...

आता मात्र चर्चेतल्या एकानं फक्कडबाज उत्तर देऊन टाकलं, 'अरे काय चाललंय, कळ धरा - कळ धरा. प्रत्येकाला पेनकिलर तर द्या, मग कळ धरता येईल. आधारकार्डवर सोय करा म्हणावं एक एक पेनकिलर देण्याची'

उत्तर ऐकून रांगेतले सर्वच जण मनसोक्त हसले. ताण कमी झाला. आपला नंबर येईपर्यंत तरी पैसे संपू नयेत, अशी एक सुप्त भावना प्रत्येकाच्या मनात होती.

माझ्यासमोर आता आठ-दहा लोकच होते. प्रत्येकाने दोन-तीन मिनिटे घेतली तरी अर्धा तास लागणारच होता. काळा पैसा बाहेर पडणार आणि तो पडलाच पाहिजे, अशी सर्वांचीच धारणा होती. पण, नव्या नोटा आल्यानेच तो बाहेर पडेल आणि नवा पैसा काळा होणारच नाही, याची गॅरंटी काय, असे प्रश्नही लोकांच्या ओठावर होते. बऱ्याच वर्षांनी सामान्यांच्या ओठांवर चलन, धोरण, विकास असे शब्द येत होते. मग मध्येच कुणीतरी म्हणाला, 'अहो, ज्याच्याकडे काळा पैसा आहे त्याला तुरुंगात टाकावं, इथं आमची कशाला कोंडी?'

कोंडी ऐकून मला एका गोष्ट आठवली. जंगलात पिसाळलेला म्हणजे माणसं खाणारा वाघ आला की फॉरेस्ट खातं एक पिंजरा नेऊन जंगलात ठेवतं. पिंजऱ्यात एक शेळी किंवा बकरी असते. तिला खाण्यासाठी म्हणून वाघ पिंजऱ्यात शिरतो आणि अडकतो पिंजऱ्यात. वाघ पकडला म्हणून कुणाकुणाला तरी बक्षीस मिळतं. वाघ पकडला गेला हे खरंय; पण प्रत्येक वेळेला एका गरीब प्राण्याचा बळी जातो. मेलेल्या प्राण्याला कधीच कळत नाही की वाघ पकडण्यासाठी आपला बळी का दिला? गळाला गांडूळ चिकटवून मासे पकडतानाही असंच होतं. कुणास ठाऊक रांगेतल्या आणखी कुणाच्या मनात असा विचार आला असावा. रांगेतून बाहेर पडताच समोर ग्रामीण भागातील मायलेकी दिसल्या. त्यातील माय मोठ्या उत्सुकतेनं आणि आशेनं म्हणाली, 'भाऊ, शंभराच्या नोटा मिळतात का?' मी म्हणालो, 'नाही.' तसं ती म्हणाली, 'लयच कठीण झालंय... वंगाळ झालंय...'

११ डिसेंबर २०१६

■ ■ ■

का घडतं हे असं?

अखेर त्या अल्पवयीन मुलीनं स्वतःवर बलात्कार झाल्याची फिर्याद जेव्हा पोलिसांत नोंदवली तेव्हा ती आई होणार होती.

पोलिसांनी गुन्हा नोंदवला आणि मुलीची रवानगी एका स्वयंसेवी संस्थेच्या आश्रमात केली. कुणाच्या तरी वासनेची शिकार बनून माता बनलेल्या, निराधार झालेल्या, तोंड लपवून जगू पाहणाऱ्या कुमारी मातांसाठी किंवा अविवाहित प्रौढ मातांसाठी हा आश्रम चालतो. त्याच ठिकाणी ही मुलगी आली. हायस्कूलमध्ये ती शिक्षण घेत होती आणि मध्येच हे प्रकरण उद्भवलं.

मुलीच्या फिर्यादीनुसार पोलिसांनी आरोपीला अटक केली. तो निघाला एक पदवीधर तरुण. तो गजाआड झाला. ही इकडं आश्रमात बाळंत झाली. कुमारी मातेनं एका गोंडस मुलाला जन्म दिला.

पोलिसांतून हे प्रकरण कोर्टात गेलं. तारखावर तारखा सुरू झाल्या.

आरोपीचं वकीलपत्र घेतलेल्या वकिलानं आपल्या अशिलाला वाचवण्यासाठी धडपड सुरू केली. खूप कागदपत्रं चाळायला सुरुवात केली. काही कागदपत्रं कोर्टात पोहोचलेली, काही न पोहोचलेली, तर काही कुणीतरी मध्येच दाबलेली.

कागदपत्रं चाळता चाळता दोन कागदांवर एकाऐवजी दोन पुरुषांची नावं आढळली. एक डॉक्टरांच्या कागदावर, तर दुसरं आश्रमातल्या कागदावर. पण त्यापैकी एकच नाव आरोपी म्हणून पुढं आलेलं होतं. दुसऱ्या नावाची कुणी चौकशीच केली नव्हती. तो माणूस विवाहित आणि दोन लेकरांचा बाप होता. मुलीमार्फत त्याची चौकशी सुरू झाली. शेवटी ते नाव त्या मुलीनंच डॉक्टरांना आणि आश्रमाला सांगितलं होतं.

चौकशी झाल्यानंतर चक्रावून टाकणारं प्रकरण उजेडात आलं. ते असं : ही कुमारी माता गावातल्याच एका तरुणाच्या प्रेमात पडली होती. प्रियकराला नोकरी लागेपर्यंत ही सज्ञान होणार होती. त्यानंतर दोघं लग्न करणार होते. साऱ्या जगाला चुकवून सुरू असलेलं

हे प्रेमप्रकरण गावातल्याच एकाच्या लक्षात आलं. गळ्यात गळा घालताना या दोघांना त्यानं पाहिलं आणि हा स्वतः या मुलीच्या मागं लागला. गावभर तुझी बदनामी करेन, तुझ्या नातेवाइकांना सांगेन, तुझ्या शाळेत येऊन भांडाफोड करेन, अशा धमक्या देत तो या मुलीला वारंवार आपल्याकडे बोलवू लागला. शेवटी यानेच तिच्यावर बलात्कार केला. हे प्रकरण उजेडात आणशील तर तूच आयुष्यातून उठशील, असं सांगत त्यानं तिला लग्नाचं आमिष दाखवलं. वारंवार तो तिचा उपभोग घेऊ लागला. ही गोष्ट त्याच्या पत्नीला कळली. ती माहेरी निघून गेली. ही मुलगी शाळेच्या वाटेला लागायची आणि मध्येच तो तिला गाठून शेतात घेऊन जायचा. त्याच्यावर विश्वास ठेवत आणि लग्न होईल या आशेनं तीही त्याच्या प्रेमात पडली.

मुलीचं प्रेम पूर्वीच्या प्रियकरावरून हटलं आणि या दुसऱ्या पुरुषावर बसलं. दरम्यान, मुलीला दिवसही गेले. वाढत्या पोटाने ही कथा कुटुंबापर्यंत पोहोचली. आता या पहिल्या प्रियकराचा काटा कसा काढायचा, हा दुसऱ्या प्रियकरासमोर प्रश्न. बलात्काराची फिर्याद दे ठोकून त्याच्याविरुद्ध आणि ये माझ्याकडे राहायला, असं सांगत त्यानं या मुलीला पोलिसांत जायला तयार केलं. मुलगी पोलिसांत गेली आणि कधीच शरीरसुख न घेतलेल्या या प्रियकराला अटक झाली. मुलीची रवानगी आश्रमात झाली. कारण दुसऱ्या प्रियकरानं तिला ठेवून घेण्यास नकार दिला. त्याला त्याचा संसार करायचा होता. आपल्या संबंधाची वाच्यता झाल्यास वाईट परिणाम होतील. तुझे आई-वडीलही खलास होतील, अशी धमकीही त्यानं दिली. मुलगी पहिल्या प्रियकराविरुद्धच केस लढू लागली.

वकिलानं अशी कागदपत्रं सादर केली, ज्यावर या मुलीचा भोग घेणाऱ्याचं नाव मुलीनंच सांगितलं होतं. कोर्टांसमोर कागदं आली खरी, पण दुसऱ्या प्रियकराविरुद्ध ठोस काही पुरावा नव्हता. शेवटी हा दुसरा आरोपी, कुमारी माता आणि तिचं बाळ या तिघांचीही डीएनए चाचणी घेण्याची मागणी वकिलानं केली. चाचणी झाली खरी, पण बराच कालावधीही लागला. दरम्यान, आपल्याला जबरदस्तीनं माता बनवणाऱ्याविरुद्ध ही मुलगी चिडलेलीही होती. डीएनएचे रिपोर्ट आले. या मुलीला जे बाळ झालं ते या दुसऱ्या आरोपीमुळेच, हे सिद्ध झालं. आता बलात्कार, अल्पवयीन मुलीला फूस लावून तिचं शारीरिक शोषण वगैरे प्रश्नावर कोर्टाला निकाल द्यायचा आहे. तो कधी आणि कसा लागेल, हे अद्याप जाहीर व्हायचं आहे.

डीएनए चाचणीनंतर एक झालं आणि ते म्हणजे, दुसऱ्या आरोपीला अटक झाली आणि पहिला जामिनावर सुटला. निर्दोष नव्हे. त्याच्याविरुद्ध असलेल्या आरोपांचाही निकाल लागणार आहे. एका महत्त्वाच्या परीक्षेसाठी तो बाहेर आला. परीक्षा उत्तीर्णही झाला, पण निर्दोष सिद्ध होईपर्यंत त्याला नोकरीत जाता येणार नाही आणि निकाल लागल्यानंतर नोकरी मिळेल की नाही, याची खात्री नाही. प्रकरण पुढं कसं वळण घेणार

याविषयी कुणाला काही ठाऊक नाही. बाळ आणि त्याला जन्मास घालणारा बाप याचं नातं मात्र शोधण्यात यश आलंय. ही कुमारी माता आश्रमात, आरोपी तुरुंगात आणि कुमारी मातेचं तोंड चुकवत आई-वडील गावात आणि पहिला प्रियकर लज्जेखातर गाव सोडून शहरात, असा हा प्रकार आहे.

चक्रावून टाकणारी ही कथा सांगताना महिला वकिलाच्याही डोळ्यांत पाणी येत होतं. बलात्काराच्या घटना उघड होतात. कोर्टांत जातात, पण कोर्टच्या निकालानंतर बलात्कारित महिलांचं काय होतं, याची कल्पना कुणाला नसते किंवा समाज ती समजून घेत नाही. बलात्काराच्या प्रत्येक घटनेविरुद्ध मोर्चा निघेलच असं नाही. बलात्कारित महिला समाजमनावरून जणूकाही अदृश्य होऊन जाते. कोर्टच्या दारात राहून मिळविलेल्या न्यायानंतर खरंतर सामाजिक न्यायाची प्रक्रिया सुरू होते. किंबहुना ती व्हायला हवी. आपल्याकडे मात्र बलात्कारित मुलीला सामाजिक न्याय देण्याच्या प्रक्रियेत कोणी सहसा पुढाकार घेत नाही. पहिल्या प्रियकरालाच आरोपी करण्यात या मुलीला भाग पाडण्यात आलं आणि भोग घेणारा सटकून गेला. पहिल्या प्रियकराला उद्या कदाचित निर्दोष सोडलंही जाईल, पण तुरुंगात राहून काळवंडलेल्या त्याच्या चेहऱ्याचं काय होणार, याविषयी कुणीच काही सांगू शकत नाही. नाही म्हटलं तरी आपल्यापेक्षा दहा-बारा वर्षांनी लहान असलेल्या मुलीला त्यानं प्रेमात अडकवलंच होतं. दुसरा प्रियकर तर वयाने मुलीपेक्षा अडीचपट मोठा. समजा उद्या त्याला जन्मठेप झाली तर त्याच्या छोट्या लेकरासह त्याच्या पत्नीचं, कुटुंबाचं काय होणार, हेही कुणी सांगू शकत नाही. अपराध्यांना वाचवण्याचा किंवा त्यांना सहानुभूती, दयामाया दाखवण्याचा प्रश्नच नाही. ते शिक्षेचेच हक्कदार असतात, दयेचे नाही. एक मोठा भूकंप व्हावा आणि बरंच काही उद्ध्वस्त व्हावं असं काहीतरी घडत जातं. एक अदृश्य का असेना, पण सामाजिक प्रश्न तयार होतो. जिचं शोषण झालं ती, जिच्यापोटी जन्माला आलेलं बाळ ते, हे सारे या चक्रव्यूहात अडकतात. बलात्कारित महिलेचं प्रतिष्ठेसह पुनर्वसन ही कल्पना दूरच राहते. हे सारं थांबवायचं असेल तर वाढता वासनांधपणा आणि या साऱ्या विकृती यांच्या जन्मस्थानालाच हात घालावा लागेल. त्यासाठी अर्थातच समाजासह सर्वच जबाबदार घटकांचा पुढाकार हवा.

१८ डिसेंबर २०१६

■ ■ ■

पिंप्री बुद्रुकमध्ये कबीराचा जागर

बारा डिसेंबरच्या भरात आलेल्या दुपारी मी आणि आल्हाद जोशी पिंप्री बुद्रुक या छोट्याशा खेड्याकडं निघालो होतो. एरंडोलपासून सात-आठ किलोमीटरवर एखाद्या बेचक्यात अडकल्यासारखं हे गाव आहे असं सांगण्यात आलं. रस्त्यावर लागलो आणि काही क्षणांतच मुंगसांचा एक मोठा कुटुंबकबिला आडवा आला. दोन-चार पिल्ली, मुंगूस आणि मुंगसीण असं हे कुटुंब असावं. ड्रायव्हरनं गाडी एकदम हळू केली आणि हा कबिला निघून गेला. मुंगूस म्हणजे कुबेराचं वाहन म्हणतात. खजिन्याचे सगळे साठे मुंगसाला ठाऊक असतात, असं सांगितलं जातं. पण, साठा सापडला असं ठोस सांगणारं कुणीच नसतं. मुंगुसाचं दर्शन आजही खेड्यापाड्यात शकून समजतात. जगण्याच्या लढाईत अडकलेला आणि पर्यावरण कोसळण्याच्या काळात कसातरी तग धरून राहिलेला मुंगूस स्वतःसाठी अन्न कधी शोधणार आणि खजिना कधी दाखवणार, हा प्रश्नच आहे. एरंडोल भागात अलीकडं भेंडीचं पीक मोठ्या प्रमाणात येतंय. या गावातून रोज दोन-तीन ट्रक भेंडी मुंबईकडं कूच करत असते. केळीच्या आणि भेंडीच्या रानातही हे मुंगूस फिरत असतात. पाच-दहा मिनिटांचा प्रवास केल्यानंतर आमच्या लक्षात आलं, की आम्ही पिंप्री बुद्रुकला नव्हे, तर पिंप्री खुर्दला पोहोचलो आहोत. चौकात एकाला बुद्रुकचा रस्ता विचारला. तो म्हणाला, "शॉर्टकट पाहिजे तर इकडं फाकून घ्या. पण रस्ता खड्ड्यातून जातोय. चांगला रस्ता पाहिजे तर तिकडं फाकायचं." आम्ही चांगला रस्ता पकडला. मोठमोठे नेते असलेल्या जिल्ह्यात खड्ड्यांनं भरलेले रस्ते पाहिले, की विकास कोणत्या मार्गानं आणि कोणाचा होतोय हे लक्षात यायला वेळ लागत नाही. जळगाव जिल्ह्यात कुठल्याही खेड्यात, कुठल्याही खराब रस्त्यावर जा. होर्डिंगवर एकनाथ खडसे, त्यांच्या पत्नी, सून किंवा मुलगी यांचा भला मोठा फोटो पाहायला मिळतोच. रस्ता चुकल्याचं आम्हाला वाईट वाटलं. 'कबीरा कहे जग अंधा' ही ओळ आपसूकच ओठावर आली. ज्यांना

जास्त दिसतं तेच जास्त अपघात घडवतात किंवा त्यासाठीच्या चुका करून बसतात. अंध माणूस सहसा अपघात घडवत नाही हे कबीराचं आणखी एक सूत्र आठवायला लागलं. बुद्रुकमध्ये म्हणजे पिंप्री बुद्रुकमध्ये प्रवेश केला. उजव्या बाजूला एक बालवाडी दिसली. तिचं नाव खूपच सुंदर म्हणजे 'दिव्यज्योती' असं होतं. मला ते खूपच आवडलं. वाटेत आम्ही एस. आर. पाटील या सरपंचाला गाडीत घेतलं. या छोट्याशा गावात वीस वर्षांपासून त्यांची म्हणजे त्यांच्या घराण्याची सत्ता आहे. गाडी एका जुन्या इमारतीसमोर थांबली. 'श्री कबीर निर्णय मंदिर, पिंप्री बुद्रुक गद्दीस्थान' असं खूप उंचीवर लिहिलं होतं. या इमारतीला १९५५ मध्ये सुरुवात झाली. गुरू गोविंद महाराज यांच्या पुढाकारानं कबीरपंथी मंदिराचं निर्माण झालं. मंदिरात कोणती मूर्ती नाही. पुतळा नाही. कबीर आणि गोविंद महाराजांचा एक फोटो, बाकी फोटो चैत्रात भरणाऱ्या यात्रेचे, समारंभाचे, महाप्रसादाचे, भजन-कीर्तनाचे. पुणे, सोलापूर, शिरपूर अशी काही गावं सोडली, की कबीर मंदिर आणि त्याच्या पंथाच्या खाणाखुणा

अपवादानंच दिसतात. या अपवादात पिंप्री बुद्रुकचा समावेश करता येईल. जळगावच्या उशालाच असलेल्या बऱ्हाणपूरमधून या गावात खूप वर्षांपूर्वी म्हणजे शंभरेक वर्षांपूर्वी कबीर पंथांचं इथं आगमन झालं. मंदिर वगैरे काही नव्हतं. आपापल्या घरात, आपापल्या जीवनात लोक कबीर धरून बसले होते. या सर्व भावनांचं प्रतीकांत म्हणजे मंदिरात रूपांतर

झालं ते १९५५ मध्ये. गोविंद महाराजांच्या काळात... सध्या दोन गुरू आहेत. वयोवृद्ध आहेत. गुरुवर्य सुयशजी साहेब आणि गुरुवर्य रसिकदासजी साहेब अशी त्यांची नावं आहेत. ते स्वतःच स्वयंपाक करतात. रोज रात्री कीर्तन, प्रवचन देतात. गावातले लोकही कबीराचे दोहे म्हणतात. त्यात महिला, मुलं, तरुणही असतात. दिवसभराची जगण्याची लढाई झाली, की कबीराचा काळजातला दोहा ओठावर घेऊन लोक येतात. दोहा म्हणणं हीच पूजा, हीच प्रार्थना. कबीराचे दोहेच आपली जडणघडण करतात. कोणत्या मूर्तीची, देव्हाऱ्याची गरज लोकांना भासतच नाही.

आम्ही मंदिरात आल्याचं पाहून महेंद्र पाटील नावाचा एक तरुणही तिथं आला. 'मी दगडाची पूजा कशाला करू? त्याऐवजी पीठ बाहेर काढणाऱ्या जात्याची पूजा करेन. त्यातून बाहेर पडणारं पीठ जग खातं' अशा आशयाचा एक दोहा त्याच्या ओठांवर

उगवला. मग राजू तुकाराम सोनार आला. यांच्या अनेक पिढ्या कबीरपंथात आहेत. त्यांनीही बघता बघता 'सब के साया भला, दो साया दिल होय' असं सांगत आपल्याला कबीराचा विचार आवडला. कबीरच सत्य आणि वास्तव सांगतो. बाकी सारं काल्पनिक आहे, असं राजू याचं म्हणणं पडलं आणि ते खरंही होतं. कबीर आपल्याला वास्तवाचे पदर उलगडून दाखवतो. विसंगती, उपरोध यांनी भरलेलं जीवन समजावून सांगतो. निखळ भक्तीचं महात्म्य सांगतो. निर्गुण-निराकाराकडं जाण्यासाठी तो आपलं बोट पकडतो.

चर्चा चालू असतानाच मंदिरातल्या उंच उंच भिंतींवर लक्ष जात होतं. चारही भिंतींवर दोहे लिहिलेले होते. सहज नजरेला पडतील अशा जागी लाल रंगात ते लिहिलेले होते.

बहुत दिवस ते हिंडिया शून्य समाधी लगाय।

कर हा पडा गाड में। दूरी परा पछताय।।

किंवा

चलते चलते पगू थका। नग्न रहा नौ कोस।

बीचमें ही डेरा परा। कह हू कौनसा देस।।

किंवा

लोभेजन्म गॉमाड्या। पापै खाया पून।

साधी सौ आधी कहे। तापर मेरा खून।।

किंवा

सुकृत बचन माने नहीं। आपू करें विचार।

कहही कबीर पुकारिके। सपनेहू गया संसार।।

काळाच्या ओघात दोह्यांमधील शब्दांत बरेच बदल झाले आहेत. काही नवे शब्द आले आहेत. त्या-त्या प्रदेशातले काही रूढ शब्दही घुसले आहेत. तरीही कबीराचे मूळ दोहे बऱ्यापैकी आपल्याला सहज उपलब्ध होतात. ईश्वरप्राप्तीसाठी बरंच भ्रमण करूनही शून्य समाधी कधी लाभली नाही. ईश्वरासाठी खूप चालत राहिलो. नऊ कोस नग्न राहिलो. पण मुक्काम मध्येच पडला. ईश्वर कोणत्या देशात आहे कसं काय सांगू? पारंपरिक वचनं किंवा खूप लोक ती मान्य करतात म्हणूनही मी काही अशी वचनं मान्य केली नाहीत. मी विवेकाला स्मरून सर्व काही करतो असा सारांशरूपानं या दोह्यांचा अर्थ होतो. कबीराचं सत्य वेगळं आहे. परमेश्वर वेगळा आहे. जीवनाची वाट वेगळी आहे. त्याच्या साऱ्याच वाटा साऱ्याच भेदाभेदातून मुक्त आहेत. या वाटेवर निखळ माणूस, निखळ श्रद्धा, निःस्वार्थी श्रद्धा दिसते. अशा गोष्टी स्वीकारणारा वर्ग कबीरकाळातही होता आणि बुवाबाबांचे मॉल सुरू असल्याच्या काळातही आहे. आम्हाला परमेश्वराकडं काही मागायचं नाही, त्याला शोधायचंही नाही, आम्हाला स्वतःला समजून घ्यायचं आहे.

आमचा आतला आणि बाहेरचा प्रवास समजून घ्यायचा आहे. विकारमुक्त व्हायचं आहे, असं कबीरपंथी सांगत होते. खूप बरं वाटत होतं.

पंधराशे डोकी असलेल्या गावात जवळपास निम्मे कबीरपंथी आहेत. गावात कधीही जात, धर्म, देवाच्या नावावरून ठिणगी पडलेली नाही किंवा बाहेरच्या ठिणगीची धग इथपर्यंत पोहोचलेली नाही. त्याचं कारण कबीराच्या तत्त्वज्ञानात आहे. माणसाला कलहमुक्त ठेवायचं असेल तर कबीरपंथाला पर्याय नाही, असं भक्त सांगत होते. सोनार, मराठा, माळी, दलित अशा वेगवेगळ्या जातीतल्या लोकांनी कबीरपंथ स्वीकारला आहे. आता या सर्वांनी आपापली जात संपवून टाकली आहे. जातिभेदाच्या खुणा पुसट पुसट होत चालल्या आहेत.

मावळतं वर्ष डोळे मिचकावत असताना, नव्यासाठी आपल्या शरीरावरची कात काढून टाकत असताना एका सुंदर गावात जाता आलं याचा आनंद काही औरच होता. कबीराचे जे दोहे भिंतीवर लिहिले होते त्याचा अर्थ डॉ. सुनीलकुमार लवटे यांच्या मदतीनं समजावून घेतला तेव्हा तर आणखी आनंद झाला. समाजातल्या आणि माणसाच्या मनातल्या विकृतीवर, अंधश्रद्धांवर कोरडे ओढत त्याला स्वच्छ, सुंदर जीवनाचं महत्त्व सांगणाऱ्या कबीराचा सर्वांनीच गांभीर्यानं विचार केला आणि आपल्या काळजाच्या एखाद्या कोनाड्यात त्याला जागा दिली तर... तर आपल्या जगण्यातून विकाराचे काटे कधीच बाहेर पडू शकणार नाहीत. उलट मानवता रुजवणारा सुगंध मात्र बाहेर पडू शकेल. असो. रात्री एरंडोलमध्ये यजुर्वेंद्र महाजन यांच्या पुढाकारानं सुरू झालेल्या आणि प्रतिष्ठा पावलेल्या व्याख्यानमालेत तर मुक्कामाला जळगावजवळच रेखा महाजन यांनी सुरू केलेल्या इकोफ्रेंडली अशा दुर्मिळ आणि सुंदर ठिकाणी जायचं होतं आणि मग रावेरची रंगपंचमी व्याख्यानमाला. हे सारं सांगत असतानाच नव्या वर्षाच्या शुभेच्छा देणं विसरून कसं चालेल?

२५ डिसेंबर २०१६

■ ■ ■

स्टॉप सेट

पंढरपुरातल्या पांडुरंगाच्या मंदिरात दलितांना प्रवेश मिळावा म्हणून १ मे ते १० मे १९४७ ला बेमुदत उपोषण करून साने गुरुजींनी अध्यात्माच्या दारात सामाजिक परिवर्तनाचं चाक फिरवण्याचा प्रयत्न केला. या घटनेला मे २०१७ मध्ये ६९ वर्षं पूर्ण होतील. समाजपरिवर्तनातली एक क्रांतिकारी घटना म्हणजे हा सत्याग्रह होता. तत्पूर्वी १९३० मध्ये डॉ. बाबासाहेब आंबेडकरांनी नाशिकच्या काळाराम मंदिरासमोर पाच वर्षं चाललेला - गीनिज बुकात नोंद व्हावी असा सत्याग्रह केला होता; पण एवढं करूनही देवाचा दरवाजा काही उघडला गेला नाही. नंतर मग त्यांनी हिंदू धर्माचा त्याग करण्याची घोषणा येवल्यात केली. १९५६ मध्ये बौद्ध धम्मात त्यांनी प्रवेश केला. नवयान सुरू झालं. साने गुरुजींच्या सत्याग्रहाबाबत तत्कालीन नेते मावळंकर यांच्या मध्यस्थीमुळं महात्मा गांधींनी हस्तक्षेप केला आणि मंदिर खुलं झालं; पण दरम्यान, विठ्ठल बाटायला नको म्हणून धारूरकरशास्त्री नावाच्या एकानं मंदिरातल्या मूर्तींचा पंचप्राण काढून तो पवित्र जलानं भरलेल्या एका बाटलीत ठेवला. ही बाटली आपल्या घरातल्या पडवीत ठेवली. अभय जोशीबरोबर जाऊन मी ही गोष्ट पाहिली होती. धारूरकरशास्त्री आज हयात नाहीत. हे सगळं आठवायचं कारण म्हणजे, ८ डिसेंबर रोजी पंढरपुरातल्या तनपुरे महाराज मठात सत्याग्रहाचं स्मारक उभारण्याचा समारंभ झाला. आता हे स्मारक मठातच का, असा प्रश्न तयार होईल. त्याचं उत्तर असं, की तनपुरे महाराजांनी गुरुजींना सत्याग्रहासाठी आपल्या मठात जागा दिली होती. त्याबद्दल त्यांच्यावर हल्ला झाला होता. त्यांचे चिरंजीव बद्रिनाथ महाराज यांनी याच मठात स्मारकाला जागा दिली आहे. त्यांच्या अध्यक्षतेखाली स्मारक ट्रस्ट स्थापन झालाय. राजाभाऊ अवसर कार्याध्यक्ष आहेत. येत्या १० मे रोजी १० लाखांचा हा स्मारकप्रकल्प आकाराला येणार आहे.

कार्यक्रमानंतर अविनाश शिंदे या धडपड्या कार्यकर्त्याबरोबर मंदिरात गेलो. फारशी

गर्दी नव्हती. रांगेतले लोक विठ्ठलनामाचा घोष करत करत एकेक पाऊल टाकत पुढं जात होते. रांगेलाही जणू काही निरलस भक्तीचं रूप प्राप्त झालं होतं. सायंकाळनंतर चहाला जात असताना विनाअनुदानित म्हणजे लाखोंचं डोनेशन देऊन वर्षानुवर्षं फुकटात नोकरी करणाऱ्या शिक्षकांवर चर्चा झाली. शिंदे हा शिक्षकांच्या पतसंस्थेत नोकरी करतोय. त्याला या प्रश्नाची खोलवर माहिती आहे. वेठबिगार बनलेल्या या शिक्षकांची संख्या आता लाखाच्या घरात गेलीय. अन्य विभागातले शिक्षक त्यात जमा केल्यास संख्या दोन लाखांच्या घरात जाईल. याचा अर्थ समाज घडवणारे, ज्ञानदान करणारे दोन लाख गुलाम आपल्याकडं आहेत. राज्यघटनेची पंचाहत्तरी साजरी करणाऱ्या देशात हे गुलाम कसे तयार झाले? स्वातंत्र्य-समता-बंधुतेचं नेमकं

काय चाललंय हे अजून कुणाच्या लक्षात येत नाही. शासनाला कधीही न येणारी लाज कधीतरी येणार आहे आणि कधीतरी भविष्यात या गुलामांना २० टक्के वेतन मिळणार आहे. टप्प्याटप्प्यानं त्यांचा विकास होणार आहे. नोटबंदीचा निर्णय रात्रीत आणि विकास टप्प्याटप्प्यानं...

...तर बोलता बोलता बरंच काही बाहेर पडू लागलं. फुकट नोकऱ्या करणाऱ्यांनी जगण्याच्या काही वाटा काढल्या आहेत. वाट एक : बरेच शिक्षक शेतमजुरी करतात. ज्यांची शाळा सकाळी असते ते दुपारी आणि ज्यांची दुपारी असते ते सकाळी लवकर तीन तास आणि शाळा सुटल्यावर दोन तास मजुरी करतात. दीड-दोनशे रुपये जमवून

चुलीची भूक भागवतात. बरेच शिक्षक विद्यार्थ्यांच्या ओळखीनं त्यांच्याच शेतावर मजुरी मिळवतात. वाट नंबर दोन : काही शिक्षक भाड्यानं रिक्षा-टेम्पो चालवतात. वाट नंबर तीन : कोकणात विशेषतः पश्चिम महाराष्ट्रात वेटरचं काम करणाऱ्यांची संख्या जास्त आहे. हॉटेलात जेवणाचा आणि निवासाचा प्रश्न मिटतो. वाट नंबर चार : अनेक शिक्षक दुकानात सेल्समन होतात. काही जण सायकलीवरून माल सप्लाय करतात. वाट नंबर पाच : काही शिक्षक संस्थापकाच्या घरात, बागेत, शेतात काम करतात. वाट नंबर सहा : काही शिक्षक हे पुढाऱ्यांची संपर्क कार्यालयं चालवतात. घरं भाड्यानं देण्याचा व्यवसाय

करतात. त्यांच्या बायका साडीला पिको करतात. ब्यूटिपार्लर चालवतात. अजूनही काही वाटा आहेत. वाचकांच्या भावना दुखावतील म्हणून त्या इथं नोंदवता येत नाहीत.

काही शिक्षक आपली शैक्षणिक पात्रता वाढवत सेट, नेट, पीएच.डी., एम. फिलपर्यंत पोहोचले; पण बाहेर सहसा नोकऱ्या मिळत नाहीत आणि मिळाल्या तर त्या फुकट असतीलच असं नाही. याबाबतच्या कथाही मोठ्या विलक्षण आहेत. पंढरपूरजवळच एका छोट्या खेड्यात एका अपंगाला बारावीनंतर विनाअनुदानित हायस्कूलमध्ये शिपायाची नोकरी मिळाली. सहा वर्षे बिनपगारी नोकरी केल्यानंतर वेतन सुरू झालं. नोकरीनंतर या अपंगानं म्हणजे मोहननं शिक्षण घेण्याचा सपाटा लावला. प्रथम तो बी.ए. झाला. मग बी.एड., मग एम.ए., मग त्यानं सोलापूर विद्यापीठात पीएच.डीसाठी प्रवेश घेतला. संशोधन सुरू होतं. त्यात वडिलांचं निधन झालं. मग संशोधनाकडं दुर्लक्ष झालं. त्यानं दुसरा मार्ग काढला. सेटची परीक्षा पास झाल्यावर प्राध्यापकाची नोकरी लागेल, अशी आशा निर्माण झाली होती. खरंतर डी.एड., बी.एड. झाल्यानंतरच अशी प्राथमिक आणि माध्यमिक शिक्षकाची नोकरी त्याला मिळायला हवी होती; पण हायस्कूलमध्ये जागा तयार झाल्या नाहीत. कॉलेजमध्ये प्रयत्न करता येईल, या आशेतून सेटसाठी प्रयत्न सुरू केले; पण यश काही हाताला लागेना. सहा वेळा तो नापास झाला आणि अखेर सातव्या प्रयत्नात तो पास झाला. आता त्याच्या नावापुढं पदव्यांची भली मोठी रांग आहे. नोटांसाठी तयार होणाऱ्या रांगेपेक्षा मोठी. मोहन वाघ : डी.एड., बी.ए., बी.एड., एम.ए. सेट आणि पीएच.डी ऑपिअर... आणि त्याचा हुद्दा आहे शिपाई. ही नोकरी सोडली तर फुकट नोकरी करावी लागेल, याची त्याला जाणीव आहे. डोक्यात अनुदानित प्राध्यापकाचं स्वप्न बाळगून तो साफसफाईचं काम करत असतो.

काही शिक्षकांनी भाड्यानं टपऱ्या आणि हॉटेलं चालवायला घेतली आहेत. दोघं-तिघं, चौघं एकत्र येऊन हॉटेल चालवतात. राब-राब राबूनही अनेकदा अंदाजपत्रक तुटीचं होतं. टपऱ्या चालवणाऱ्यांचं असंच असतं. काही जण एलआयसीसाठी ग्राहक पकडण्याचा प्रयत्न करतात. काहींनी जमिनींची दलाली सुरू केलीय. काही जण वधू-वर मंडळात काम करतात. काही जण सासऱ्याची शेती करतात. काही जण रसवंतीवर मॅनेजर होतात. हे सगळे उद्याचा नागरिक, उद्याचा समाज आणि उद्याचा भारत घडवणार आहेत; पण भाकरीनं यांचा भुगा करून टाकलाय. शाळेत ईशस्तवन म्हणवून घ्यायचं. प्रीऑम्बल वाचून पोरांना राज्यघटनेचं महत्त्व सांगायचं आणि या व्यवस्थेत आपल्यासाठी स्पेस आहे का, हे हुडकत फिरायचं असा हा मामला आहे. 'इंडिया दौड रहा है' पण कुठं याचा पत्ता लागत नाही. तो भाकरीतला चंद्र बघण्यासाठी दौडत असेल तर काही खरं नाही.

संगमनेरमध्ये एक तरुण पीएच.डी झालाय. विशेष म्हणजे सेट आणि नेटही झालाय.

तो दीड-दोन हजारांच्या नोकरीत अडकलाय. बेरोजगारांना भत्ता देण्याची पद्धत अनेक देशांमध्ये आहे. आपल्याकडं ती नाही. मध्यंतरी प्रयत्न झाला; पण हा भत्ता निघाला शेळीच्या शेपटीसारखा. त्या शेपटीनं लाजही झाकता येत नाही आणि माशीही मारता येत नाही. आपल्या लक्षात येत नाहीय की चौफेर विकासाच्या घोषणांत एक भकास, हतबल आणि आत्मविश्वास गमावलेली पिढीही तयार होते आहे. शिक्षण ही विक्रीची वस्तू बनल्यानं शासनाला त्यात काही गुंतवावं असं वाटत नाही. बजेटचा ९६, ९७ वा भाग त्यांच्या वाट्याला येतो. बाकी कॅश अँड कॅरीप्रमाणे शिक्षणाची अवस्था झालीय. सगळ्या बुकांत सामान्य माणूस, घोषणांत, धोरणात, निवडणुकांत सामान्य माणूस; पण जगण्याच्या वास्तवात तो कुठंच दिसत नाहीय. इन्व्हिजिबल असा हा ब्रोकन शिक्षक कोणता समाज निर्माण करेल? बाहेरच्या धावण्याच्या स्पर्धेत 'ऑन युअर मार्क सेट गो' असं सांगितलं जातं. इथं सेट, नेट करूनही 'ऑन युअर मार्क स्टॉप सेट' असं सांगितलं जातं. बघता बघता सगळ्यांनीच खासगीकरण स्वीकारलं; पण हे कसलं खासगीकरण! जे बिनपगारी, बिनचेहऱ्याचं, सतत कोसळणारे गुलाम तयार करणारं... कधीतरी यांच्यासाठीही 'सेट गो' म्हणायला हवं. हे सगळं लक्षात घेऊन नाशिकला परतलो. १०-२० फुटांच्या बागेत बळिराजा कानडेकडून लाल माती मागवली होती. ती अंथरण्यासाठी दोन मजूर बोलावले होते. नेहमीचा सहकारी असलेल्या मानवतच्या नारायणाबरोबर हा नवा मजूर आला होता. काम सुरू करण्यापूर्वीच नव्याची ओळख झाली. तो मराठवाड्यातून आला होता. चांगल्या मार्कांनं बी.ए. झाला होता. स्पर्धेत डिग्रीच फेल झाली आणि हा बनला बिगारी... त्याचं ऐकून मी डोक्याला हात लावला... डिग्रीतली बॅटरी खलास झालीय... ती रिचार्ज करता येत नाहीय... कुणी काढलंय असं उपकरण...?

- मी त्याला म्हणालो : ''थोडं अजून शिकतो का बघ. मीही मदत करतो.''

तो म्हणाला : ''जाऊ द्या, शिक्षणावरचा विश्वास उडू लागलाय...''

८ जानेवारी २०१७

■ ■ ■

सुशीला

नऊ जानेवारीला सकाळी सकाळीच नळदुर्ग या भुईकोट किल्ल्यावर थडकलो. महाराष्ट्रातला हा एक सगळ्यांत मोठा भुईकोट किल्ला अजूनही बऱ्यापैकी आपलं अस्तित्व टिकवून असलेला. 'नर आणि मादी' धबधब्यासाठी प्रसिद्ध असलेल्या या किल्ल्याची डागडुजी आणि नूतनीकरण सध्या सुरू आहे. अर्थातच खासगीकरणातून. सरकार खंगलेलं असल्यानं खासगीकरणाच्या कुबड्या घेतल्याशिवाय ते चालूच शकत नाही. नूतनीकरण अद्याप पूर्ण व्हायचं आहे आणि ते कधी पूर्ण होणार कुणालाच ठाऊक नाही; पण तरीही किल्ल्याच्या प्रवेशद्वारावर 'टोल'भैरव उभे आहेत. पाऊस नसल्यानं धबधबा गायब झालाय. धबधब्याची जागा बघितली खरी; पण 'नर' आणि 'मादी' अशी नावं त्याला का मिळाली असतील, याचा विचार करत बाहेर गेलो. एका छोट्या हॉटेलात चहा घेतला. लांब आकाराचे गुलाबजाम तिथं तयार होत होते. 'मुस्लिमांना आरक्षण मिळालंच पाहिजे आणि त्यासाठी ऊस्मानाबादला मोर्चात चला,' असं भिंतीवर म्हटलं होतं. बाहेर 'हिंदुस्थानचा शहेनशहा टिपू सुलतान' असं लिहिलेलं दुसरं एक होर्डिंग होतं. महाराष्ट्रात आता कोणत्याही मोठ्या गावात जा, गावाच्या शिवेपासून ते ग्रामपंचायतीच्या कार्यालयापर्यंत वेगवेगळ्या जाती आणि त्यांचे मोर्चे याबाबतची पोस्टर दिसतात. जणू काही पोस्टरचेही मोर्चे... या मोर्चांचं आगामी काळात काय होणार, असा प्रश्न तयार झाला की निदान माझ्या मनात तरी शंकेची कसली तरी पाल चुकचुकते...

नळदुर्गहून तासाभराच्या अंतरावर उमरगा (ओमरगा) हे तालुक्याचं ठिकाण. भूकंपाचा एक धक्का बसला आणि गाव एका पहाटेत ग्लोबल झालं. त्यापूर्वी ग्लोबल झालेला एक कम्युनिस्ट कार्यकर्ता म्हणजे कॉम्रेड विठ्ठल सगर. रशियात साम्यवादी राजवट असताना तिथल्या सरकारच्या निमंत्रणावरून कॉम्रेड विठ्ठल काही दिवस रशियात राहून आलेले. कवी नारायण सुर्वे, अण्णा भाऊ साठेही असेच अभ्यासदौऱ्यासाठी गेलेले. कॉम्रेड विठ्ठल यांचं निधन दोन-तीन वर्षांपूर्वी झालं. त्यांचे पुत्र किरण यांनी वडिलांच्या स्मरणार्थ जागतिकीकरणावर व्याख्यान ठेवलेलं. 'मी माझ्या संस्थेत शिक्षकभरतीच्या

वेळी एक रुपयाही डोनेशन घेणार नाही' किंवा 'शिक्षकाच्या पगारातला एक रुपयाही वापरणार नाही,' अशी प्रतिज्ञा तुळजापुरात तुळजाभवानीसमोर करणारे आणि १९८० च्या दशकात आमदार म्हणून काम करणारे आळुरे गुरुजी अध्यक्षस्थानी होते. कार्यक्रमानंतर सकाळी नऊ वाजता किरण मला घेण्यासाठी शासकीय विश्रामधामवर आला. मी त्याच्या घरी न्याहरीसाठी गेलो. तो म्हणाला : ''पोळीभाजी तयार आहे...चालेल का?'' मी 'हो' म्हणून सांगितलं. यावर पुन्हा तो म्हणाला : ''सुशीलापण आहे. तुम्हाला चालत असेल तर करायला सांगतो.''

सुशीला हे नाव ऐकून मला आश्चर्य वाटलं. महाराष्ट्रात अन्नपदार्थांना बऱ्याच ठिकाणी अशी चित्रविचित्र नावं आहेत. उदाहरणार्थ : नागपूरमध्ये काही हॉटेलांत डॉ. भा. ल. भोळे यांच्यासोबत गेलो होतो. तेव्हा वेटरनं विचारलं : ''सुंदरी चाहिए क्या?'' वजडीला तिथं 'सुंदरी डिश' म्हणतात. सुशीलाविषयी मला आश्चर्य वाटायला लागलं. थोडीफार न्याहरी झाल्यावर मी संकोच न करता ''होय, मला सुशीलाही पाहिजे,'' असं सांगितलं. उमरग्यातच एका डी.एड. कॉलेजमध्ये विज्ञान हा विषय शिकवणारी अवंती ही किरणची पत्नी. तिला खूपच आनंद झाला. सुशीलाच्या तयारीसाठी ती लागली. बाहेर हॉलमध्ये तिची सासू म्हणजे कॉ. विठ्ठल यांची पत्नी सविता होत्या. त्या सुशीलाची माहिती देऊ लागल्या. थोड्याच वेळात एका डिशमध्ये सुशीला दाखल झाली. शुभ्र चिरमुऱ्यांपासून बनवलेला हा पदार्थ म्हणजे पोह्याची छोटी किंवा मोठी बहीण वाटावी. सुशीलाचा आस्वाद घेत असताना अवंती, किरण आणि सविता हे सगळेच एकापाठोपाठ एक माहिती सांगत होते.

चिरमुऱ्यांपासून (चुरमुरे किंवा मुरमुरे किंवा कुरकुरेही) बनवलेला हा एक रुचकर पदार्थ. प्रामुख्यानं तो कर्नाटकातून आला आणि सीमाभागातही आहारात उतरला. काही छोट्या हॉटेलांतही तो तयार होतो; पण प्रामुख्यानं घरातच तो नाश्त्याच्या वेळी बनवला जातो. भट्टीतून किंवा दुकानातून ३०-४० रुपये किलो दरानं मिळणारे चिरमुरे आणायचे. ते सुपात घालून निवडायचे. पाखडायचे. त्यातल्या साळी आणि खर काढून स्वच्छ करायचे. चाळणीत घालून वरून पाणी सोडायचं. फार ओले करायचे नाहीत. हातावर दाब देऊन पाणी काढायचं. मग जाड कढईत तेल तापवायचं. कांदा आणि मिरची बारीक वरून टाकायची. शेंगदाणे किंवा फुटाण्याची डाळ बारीक करून टाकायची. चवीपुरतं मीठ, कढीलिंबाची दोन-तीन पानं घालून फोडणी द्यायची. चिरमुरे उबवायचे. मग काही जण कोथिंबीर, खोबरं किसून बारीक करून ते वरून टाकतात. सुशीला झाली तयार! छानपैकी तिचा आस्वाद घेतला.

प्रवासात सुशीलाची एकसारखी आठवण होऊ लागली. अनेकांशी बोलत राहिलो. 'सुशीला' हा शब्द या पदार्थाशी कसा काय जोडला गेला, मूळ शब्द काय असेल, हे कुणाला सांगता येईना. शब्दकोश चाळला तर त्यात 'चांगल्या शीलाचा,' 'सुशील'

एवढाच अर्थ होता. चिरमुन्याापासून तयार होणाऱ्या अन्य पदार्थांची नावं पाहू लागलो; पण त्यात 'सुशीला' हा शब्द नव्हता. 'संकेश्वरचे चिरमुरे खूप प्रसिद्ध आहेत. ते अमेरिकेतही जातात,' असं बेळगावचे प्रा. घाटगे यांनी सांगितलं. तुळजापूरला प्रा. संभाजी भोसलेला विचारलं. त्यानं 'आळीव सुशीला' हा शब्द एसएमएस केला. हा शब्द घेऊन पदार्थांपर्यंत पोहोचता येत नव्हतं. धारवाडला माझी एक मैत्रीण आहे, सुकन्या. ती कानडीची प्रोफेसर होती. आता निवृत्त झालीय. तिला या पदार्थाची माहिती देताच ती म्हणाली : "या पदार्थाला सुस्ला म्हणतात." विशेषतः उत्तर कर्नाटकात हा शब्द आहे. आंध्रच्या बॉर्डरला किंवा बेल्लारी आदी भागात 'ओगरने' असा शब्द आहे. मग मी विचारलं, 'सुस्ला' या शब्दाची व्युत्पत्ती काय? ती म्हणाली : "बघून सांगते." मात्र, हा लेख लिहीपर्यंत तिनं काही सांगितलं नाही. 'सुस्ला ते सुशीला' असा एक अपभ्रंशाचा प्रवास असू शकतो. सुस्लाचं सुशीला होऊ शकतं. खूप आनंद वाटतो असं काही समजलं की...

...तर अवंती सगर सुशीलाचं माहात्म्य सांगत होती. हा पदार्थ गरिबांसाठी खूपच उपयुक्त आहे. अर्ध्या किलो चिरमुऱ्यात चारजण भरपेट न्याहरी करू शकतात. विशेष म्हणजे, पूर्वतयारी जोरात असेल तर १५ मिनिटांतच हा पदार्थ तयार होतो. डिशमध्ये ठेवल्यावर तो खूप सुंदर दिसतो. बऱ्यापैकी कॅलरीज् असतात. तो कितीही खाल्ला तरी पित्त होत नाही. साइड इफेक्ट होत नाहीत. पचायला खूपच हलका. तो चर्वण करताना खूप लाळ तयार होते. चवदार लागतो हा पदार्थ. आजारी माणसं, म्हातारी माणसं 'जिभेला चव नाही, थोडं सुशीला कर' अशी फर्माईश करतात. मस्तपैकी आस्वाद घेतात. लहान मुलांना तर हा पदार्थ खूप आवडतो. तो जास्त चावण्याची गरज नसते. म्हाताऱ्याकोताऱ्यांना शेंगदाणे फोडण्याचा त्रास होत असेल तर त्यांचं कूट करूनही टाकता येतं. सगळ्याच कुटुंबांना परवडणारा, झटपट होणारा आणि ऊर्जा देणारा हा पदार्थ आहे. वेगवेगळे समाज वेगवेगळ्या पद्धतीनंही ते बनवतात. त्यांचे चिरमुरेही वेगळे असू शकतात. पूर्वी भोई समाज, मुस्लिम समाज चिरमुऱ्याचे कारखाने चालवायचे. चिरमुरे खूपच भाजून स्वच्छ केले, की त्यातला अन्नांश कमी होऊ शकतो. सिंधी, मारवाडी, गुजराती समाज खूप पॉलिश करून बनवलेले चिरमुरे खाण्यास प्राधान्य देतो. काही असो, खिचडीसारखी ताकद त्यात असते.

नाशिकमध्ये आल्यानंतर बऱ्याच ठिकाणी या सुशीलाविषयी माहिती घेतली; पण कुणी तयार करताना आढळलं नाही. 'आपली आई असा पदार्थ तयार करते,' असं पूजा बडेर या युवा लेखिकेनं सांगितलं. तांदळाचा प्रवास भात, खिचडी, खीर, भाकरी इथंपर्यंतच येऊन ठेपला आहे. चिरमुरा मात्र लाडू, भडंग, चिवडा, भेळ असा प्रवास करत सुशीलापर्यंत पोहोचला आहे. असो. इति सुशीलापुराण...!

१५ जानेवारी २०१७

▪ ▪ ▪

अबोल वेदना

खरंतर माणसातलं वेडेपण काढून टाकण्याचा प्रयत्न गेल्या ५०-५५ वर्षांपासून समर्पित भावनेनं करणाऱ्या या केंद्रासमोरून मी मोजता येणार नाही एवढ्या वेळा गेलो असेन. बऱ्याच वेळेला वाटायचं, की मुख्य प्रवाहात वेडं ठरलेलं किंवा ठरवलं गेलेलं जग एकदा आत जाऊन पाहावं...पण तसं कधी घडलं नाही. १४ जानेवारी २०१७ ला मिरजेत विजय कांबळे या रेडलाइट एरियात काम करणाऱ्या कार्यकर्त्याला भेटलो. काही वर्षांपूर्वी त्याला भेटायला गेलो होतो. आपल्या मुलांची नावं त्यानं 'नैतिक' आणि 'वर्तन' ठेवल्याचं ऐकून मला खूप उत्सुकता वाटली होती. आता त्याची दोन्ही मुलं खूप मोठी झालीयत... दोघंही इंग्लिश शाळेत जातात. पोरांच्या आणि बापाच्या डोळ्यांतही वेगळी स्वप्नं... त्यांच्या आईच्या डोळ्यांतही लेकरांविषयी असंच स्वप्न दिसत होतं...

मिरजेतून सांगलीच्या रस्त्याला लागलो. शांतिनिकेतनमध्ये थोडी विश्रांती घेऊन डॉ. मोहन पाटील यांच्यासोबत बिसूरमध्ये व्याख्यानाला जायचं होतं. सगळं नियोजन मनातल्या मनात सुरू असतानाच माणसं शहाणी करणाऱ्या केंद्रासमोरून गाडी गेली. हे केंद्र पाहताच गाडीत माझ्याबरोबर असलेला प्रा. नितीन सावंत म्हणाला : ''सर, मी एकदा माझ्या नातेवाइकाला घेऊन इथं आलो होतो. आत फारच आगळंवेगळं वातावरण आहे.'' त्याचा अनुभव ऐकताच माझंही मन तिकडं ओढ घेऊ लागलं. काही करून उद्या तिथं जाण्याचा निश्चय केला. पण जायचं कसं? मला ओळखणारं तिथं कुणी नव्हतं. परवानगी कशी काढायची? डॉ. नामदेव, डॉ. विजय आणि आमच्या शांतिनिकेतनचा एक माजी विद्यार्थी डॉ. अविनाश यांनी प्रयत्न करायला सुरुवात केली. सायंकाळपासून प्रयत्न सुरू झाले. दुसऱ्या दिवशी यश आलं. केंद्राच्या प्रमुख असलेल्या महिला डॉक्टरांनी संध्याकाळी चारला या केंद्रात येण्याची परवानगी दिली. खूप आनंद वाटला. माणूस मनोरुग्ण का होतो...? त्याचं नेमकं काय होतं...? शहाण्यांच्या दुनियेतून तो दुसऱ्या

दुनियेत कसा जातो? आणि तिथून पुन्हा शहाण्यांच्या दुनियेत कसा येतो...? दुनिया शहाण्यांची आहे हे दुनियेतलं कोण आणि कशाच्या आधारावर ठरवत असतो...? खरंच आपण शहाणे आहोत, हे ठरवण्याचा अधिकार आपल्याबरोबरच जगणाऱ्या पशू-पक्ष्यांना, जिवांना दिला तर? चित्र-विचित्र आणि कवितेत शोभावेत, असे प्रश्न निर्माण होत होते. पोपटराव पवारांना पुरस्कार देण्याचा कार्यक्रम शांतिनिकेतनमध्ये सुरू झाला खरा; पण माझं मन मात्र भटकत भटकत तिकडंच ओढ घेत होतं...'पुरस्कार वितरणानंतर मला लगेच समारंभाबाहेर पडण्याची परवानगी द्या,' अशी विनंती मी डॉ. जयसिंगराव पवार आणि नवभारत शिक्षण संस्था प्रचंड आत्मविश्वासानं पुढं नेणाऱ्या गौतम पाटलांना केली. हा प्राचार्य पी. बी. पाटलांचा मोठा मुलगा आणि माझ्यासह अनेकांचा गुरुबंधू... दोघांनीही परवानगी दिली; पण 'एवढं अर्जंट काय? कुठं जाणार?' असा प्रश्नही विचारला. मी हसतच उत्तर दिलं : 'शहाण्यांच्या दुनियेतून वेड्यांच्या दुनियेत...' ते क्षणभर चक्रावले. माझ्या भाषणानंतर लगेचच बाहेर पडलो. मस्तपैकी वालांच्या बियांची उसळ आणि भाकरी खाऊन मिरजेच्या रस्त्याला लागलो.

दुपारी साडेतीनच्या आसपासच केंद्राबाहेर थांबलो. आत शिरताच भिंतीवर उजव्या आणि डाव्या बाजूला मनाच्या हालचालींची माहिती देणारे फलक होते. मी वाचत वाचतच 'यात आपण कुठं बसतो का?' याचाही विचार करू लागलो. क्षणभर वाटलं, की बाहेरच्या अनेकांना ही माहिती लागू होत असावी. मी मनातल्या मनातच हसलो. वॉचमननं एका शिपायाला बोलावलं. त्यांनी किल्ली लावून आत शिरायच्या दरवाजाचं कुलूप काढलं. दोन नर्स, एक शिपाई, मी, नामदेव, त्याची बायको सोनिया, मुलगी अनुजा आणि नितीन सगळेच आत गेलो. आत सर्वत्र पसरलेली एक अनामिक, अबोल अशी शिस्त दिसत होती.

भेट पहिल्याची

पहिल्या मजल्यावर समोरच्या खोलीतून साठीतला एकजण पुढं आला. त्याच्याबरोबर आणखी एकजण होता. खोलीत अन्य दोघं आपापल्या बिछान्यावर झोपले होते. ते उठले. आम्हाला पाहिलं. पुन्हा झोपले; पण त्यांच्या चेहऱ्यावर आमच्याविषयी एक अदृश्य प्रश्न असावा. कुठून हे आले इथे...? काल संध्याकाळी नव्हते...! 'हे'च्या ठिकाणी मी स्वतःच 'वेडे' हा शब्द घालून टाकला. शेजारून एक उंच माणूस इंग्लिश-मराठीत जोरजोरात ओरडत आला. शिपायानं त्याला शांत व्हायला सांगितलं. गंमत म्हणजे आज्ञाधारक विद्यार्थ्याप्रमाणं तो शांत झालाही... मग हा समोरचा म्हणाला : ''थांबा, थांबा...तुम्हाला एक गाणं ऐकवतो... आम्ही हो-ना करण्यापूर्वीच त्यानं गायला सुरुवात केली.'' मी म्हणालो : ''थांब दादा, मी लिहून घेतोय...'' तो गाऊ लागला...

दुनिया में कहाँ सार है...

धन, माया के पीछे

क्यूं बहाते नीर

गाणं मध्येच थांबवून तो म्हणाला : ''गुरू देवराज यांची ही रचना आहे. माणसाचा स्वार्थ, त्याच्या भावना यावर ती प्रकाश टाकते.'' ते जाऊ द्या, माझीच रचना ऐका :

जो करेल काम आणि म्हणेल राम

त्याला सतावणार नाही काम

जो म्हणेल सर्वांना राम राम

त्याला क्षणात मिळेल आराम

मी त्याच्या रचनांचं कौतुक करत असतानाच तो म्हणाला : ''हा माझ्याजवळ उभा आहे ना, त्याला मी 'राम राम' शिकवलं आहे आणि माझं विचाराल तर मी स्वतः नाही आलो इथं... परिस्थितीनं आणलंय...''

भेट दुसऱ्या-तिसऱ्याची

चालच चालतच दुसऱ्या खोलीसमोर पोहोचलो. तिथंही दोघं-तिघं पुढं आले. बघता बघता लक्षात आलं, की बहुतेक खोल्यांमधले मनोरुग्ण बाहेर येत आहेत आणि आपल्यात सहभागी होण्यासाठी, आपल्याप्रमाणे शहाणे होण्यासाठी तर हे बाहेरचे इथं येत नाहीत ना, अशी एक वळवळणारी शंका त्यांच्या चेहऱ्यावर दिसत होती.

आपण नेमकं कधी इथं आलो आणि आपलं नेमकं काय काय झालं, हे त्यानं अंदाजानंच सांगितलं. त्यानं वय इंग्लिशमध्ये सांगितलं. फिफ्टी श्री... आणि संस्थेतल्या वास्तव्याचा काळ असेल २०-२५ वर्षं.

या दुसऱ्याजवळच एक १८ वर्षांचा युवा तरुण भेटला. वर्गात अगदी करेक्ट उत्तर देणाऱ्या विद्यार्थ्यांप्रमाणं तो म्हणाला : ''माझा खूप हट्टी स्वभाव होता...कायपण हट्ट करायचो...कळत नव्हतं असं का होतंय... ५० दिवस इथं राहिलोय...स्वभाव बदललाय...शहाणा झालोय... घरी जाईन आता लवकर...''

चौथा एकजण माहिती तंत्रज्ञानात अभियंता झालेला... अगदी तरुण. त्याला स्वतःलाच कळलं, की आपल्याला मानसिक विकार झालाय. नेमकं काय, हे त्याला

कळत नव्हतं. पालकांच्या मदतीनं तो खुलेआम इथं दाखल झाला...'इम्प्रूव्हमेंट आहे सर', असं हसत हसत म्हणाला.

आणखी एक तरुण...अपघातात त्याच्या डोक्याला म्हणजे खरंतर मेंदूला धक्का बसलेला.

'सर, काही केलं तरी वाचलेलं लक्षात राहत नव्हतं. थर्ड सेमिस्टरला पेपरातली सगळी पानं कोरी सोडून बाहेर पडलो. इथं आलोय...' त्याच्या बोलण्यावरूनच तो आता विस्मरणाच्या दुनियेतून स्मरणाच्या दुनियेत आला आहे, याची खात्री वाटत होती. तोही डिस्चार्जच्या तयारीत...

हा सहावा डॉक्टर

याचं ऐकून तर आश्चर्यच वाटलं. अतिशय शुद्ध मराठीत तो बोलत होता. हा स्वतः आयुर्वेदातला डॉक्टर. एका मोठ्या डॉक्टरकडं नोकरीही केलेली; पण याला झोप लागायची बंद झाली... रात्र रात्रभर जागाच राहायचा... आपण झोपण्याऐवजी काहीतरी सतत करत राहतोय, असं त्याला वाटायचं... खरंतर याला क्रांतिवीर नागनाथ नायकवडी यांचाही सहवास लाभलेला. हायस्कूलमध्ये असताना तो इंग्लिशमध्ये भाषण करायचा... डॉ. आंबेडकर यांच्यावर केलेलं भाषण त्यानं थोडक्यात ऐकवलं... सगळ्यात आश्चर्य म्हणजे, मला धक्का बसावा अशी एक गोष्ट त्यानं सांगितली. ती म्हणजे, नागनाथअण्णा आणि आईवर लिहिलेली माझी दोन पुस्तकं त्यांनी कॉलेजजीवनात वाचलेली... मी त्याला सहजच म्हणालो : "झोप आली नाही की माणूस मनोरुग्ण होतो का? मलाही झोप येत नाही..."

तो हसत म्हणाला : "तुम्ही बाहेरच राहायचं आणि इथं आम्हाला भेटायला यायचं..."

या डॉक्टरशी बोलणं सुरू असतानाच आणखी एक तरुण जवळ आला. तो कोल्हापूरच्या अगदी जवळ राहणारा. तो म्हणाला : "सर, मी तुमची तीन भाषणं ऐकली आहेत. कुठं आणि कधी मला नेमकं आठवत नाही; पण विश्वास ठेवा, मी ऐकली आहेत..."

का कुणास ठाऊक या छोट्या जिवाविषयी माझ्या मनात करुणा जागी झाली. गहिवरून आल्यासारखं वाटायला लागलं. थोडा ताण वाढला. तो कमी व्हावा म्हणून पुणेरी पद्धतीचा एक विनोद करून मी स्वतःच हसलो. बाकी कुणीच हसलं नाही. असं काही घडलं तर पुण्यात याला विनोद घडला म्हणतात. माझ्या विनोदामुळे माझाच ताण कमी झाला. मी त्याला म्हणालो होतो, की 'भाऊ, माझं भाषण ऐकलं, असं यापुढं कुणाला सांगू नको!'

...आणि हा सातवा

एकेक खोली आणि मजले चालत पुन्हा आम्ही पहिल्या मजल्यावर आलो. तिथं एक तरुण भेटला. केंद्रानं दिलेला वेश त्याच्या अंगावर होता. एकदम सहज आणि भारी इंग्लिश तो बोलत होता. आपण त्याला ब्रिटिश-इंग्लिश म्हणू शकतो. समोर येताच त्यानं आपलं नाव, गाव, शिक्षण सांगितलं. कोणत्या साली कोणतं शिक्षण घेतलं, हेही तारीख, साल यांसह सांगितलं. विशेष म्हणजे, तो या केंद्रात २०-२५ वर्षांपासून आहे. एमबीबीएसच्या शेवटच्या वर्षात शेवटच्या पेपरात दोन-तीन मार्क कमी पडल्यामुळं तो नापास झाला. थेट इथं आला. इथल्या वैद्यकीय रचनेत तो थोडंफार काम करतो. स्वतः चा परिचय डॉक्टर असाच करून देतो... मनात एक सहजच प्रश्न आला आणि तो म्हणजे, हा नापास झाला नसता आणि त्याच अवस्थेत सगळ्यांनी त्याला स्वीकारून पुन्हा लढण्यासाठी प्रेरणा दिली असती तर...? खरं तर या प्रश्नांना व्यवस्थेशी काही देणं- घेणं नसतं...कारण, व्यवस्था शहाणी असते आणि वेडे तयार करते... याबाबतचं पेटंट तिच्याकडंच असतं...'वेडेपणा हा शहाणपणाचा प्रारंभबिंदू असतो,' हे ताओवादातलं आणि ओशोवादातलं वाक्य तिला ठाऊक नसतं...

...आणि या साऱ्या जणी

महिला दालनात प्रवेश करताच एकजण पुढं आली आणि म्हणाली : ''माझं आईवरचं एक गाणं ऐका...'' म्हणालो : ''इथंच थांब परतताना ऐकतो...'' दोन-चार पावलं पुढं गेलो. कायद्याची भली मोठी पदवी असलेली एक भगिनी भेटली. ती एका मोठ्या कंपनीत सॉलिसिटर म्हणून काम करत होती. दुसरी एकजण प्राध्यापक म्हणून बरीच वर्षं काम केलेली. तिसरी बरीच वर्षं लग्न न झालेली, तर आणखी एकजण उच्चविद्याविभूषित होती. सगळ्याच जणी भळभळणाऱ्या वेदनांसारख्या वाटत होत्या. त्यांना कळत नव्हतं. प्रवास कुठून सुरू झाला, किती चालणार तो आणि मुक्कामाचं ठिकाण कोणतं? आणि हो, या ठिकाणावर शहाणपणाचा शिक्का घेऊन कुणी उभं असंल का?

ठरल्याप्रमाणं मागं वळून आईवरच गाणं म्हणू पाहणाऱ्या त्या भगिनीजवळ आलो. एक घोळका होता. काहीतरी सांगावं म्हणून बऱ्याच जणींचे ओठ थरथरत होते; पण हिनं मोठा आवाज काढून सगळ्यांना गप्प केलं. थंडीमुळं बसलेल्या आवाजातच ती म्हणाली : ''धुंदी कळ्यांना, धुंदी फुलांना...'' मग लगेच चूक दुरुस्त करत म्हणाली :

आई तुझे उपकार, ध्यानात येई

ऋण तुझे या जन्मी फिटणार नाही

पाळणा हाताचा, दीप नयनांचा

गोड घास घालुनि मला वाढवली...

हिचं गाणं सुरू असताना दुसरी एक जया आग्रहानं पुढं येत म्हणाली : ''सर, मैं भी गाती हूँ...'' आणि तिनं लगेचच सूर लावला.

यह तो भगवान है

मगर अनजान है

ममता के रूप में वरदान है...

पहिली या दुसरीवर खूप रागावली. 'मलाच गाणं म्हणायचं होतं,' दोघींमध्ये भांडण सुरू झालं. तिसरी पुढं आली आणि म्हणाली : ''सर, तुमची जन्मतारीख काय?'' लगेचच म्हणालो : ''३१ मे...'' ती लगेच म्हणाली : ''या वर्षी ३१ मे रोजी बुधवार येणार आहे. १५ ऑगस्टला गोपाळकाला. २६ ला हरतालिका आहे.'' खूपच आश्चर्य वाटलं. कारण, यंदा ३१ मे रोजी बुधवारच होता. तारखेवरून तिनं वार सांगितला होता...

आता हा शेवटचा प्रश्न होता - 'हे सगळे वेडे कसे झाले?' आणि त्यांना मूळ प्रवाहात नेण्यासाठी हे केंद्र किती कष्ट घेत असेल... रुग्णांच्या शारीरिक जखमा साफ करणं, टाके घालणं आणि ते उसवणं खूप सोपं असतं; पण मनाशी खेळणं, तिथल्या जखमा शोधणं आणि त्या सुखवणं खूपच कठीण... मन, जखम आणि व्हाया व्यवस्था, असा एक लांब प्रवास करत हे केंद्र इथपर्यंत पोहोचलंय... 'तुम्ही लेख लिहिणार असाल तर रुग्णाचं नाव-गाव देऊ नका,' असा सल्ला केंद्राच्या संचालक डॉक्टरांनी दिला. 'केंद्राचंही नाव टाकू नका,' असं त्या म्हणाल्या. शेवटी मी त्यांना खात्री दिली : ''माझा उद्देश वेड्यांचं वर्णन करणं हा नाहीय. कारण, प्रत्येकातच एक वेडा लपलेला असतो. नव्या जगात प्रचंड गतिमान, प्रचंड अस्थिर होऊन कधी वस्तूमागं, तर कधी स्वत:मागंच धावणारा समाज आणि त्यातून जन्माला आलेला एक घटक मला सांगायचा आहे. शेवटी देबसिकदार मॅडम ''हो'' म्हणाल्या आणि मग मी संस्थेचं नाव लिहिलं 'कृपामयी'- इन्स्टिट्यूट फॉर मेंटल हेल्थ, मिरज... लेख संपला... तरी मनोरुग्णांनी रेखाटलेली चित्रं सारखी आठवत होती. पाण्याचा वापर कसा करायचा, झाडं कशी लावायची आणि जग सुंदर कसं करायचं, याचाही संदेश ती देत होती... डोकं काम देत नव्हतं आणि कोण कसला संदेश देतंय तेही कळतही नव्हतं. डॉ. सुमित्रा देबसिकदार आणि त्यांचा डॉ. पुत्र आशिष देबसिकदार यांना मात्र तो कळत असावा. त्यांच्या तीन पिढ्या या भळभळणाऱ्या; पण अबोल जखमांवर फुंकर घालत आहेत... या जखमांना पुन्हा मेन स्ट्रीममध्ये सोडत आहेत... असो. वेडे जन्माला घालणारं शहाणं मेन स्ट्रीम...!

२२ जानेवारी २०१७

■ ■ ■

आतनं पॉवरफुल सपोर्ट हाय...

सायंकाळी बोरगडच्या दिशेनं कुत्र्याला फिरायला नेत होतो. आम्ही दोघंच असलो, की कुत्र्याबरोबरही बोलता येतं... आपलं त्याला काही पटलं, रुचलं किंवा त्याला काही कळलं की तो शेपूट हलवतो. मान वर करतो. अर्थात, हा आपल्या बाजूचा तर्क असतो. त्याला काय वाटत असावं, हे काही मला कळलेलं नसतं. कुत्रा आपलं ऐकतो... ऐकतो म्हणण्यापेक्षा आदेश पाळतो, हाही आनंदाचा विषय असतो. झालंच तर 'तुमचं कुणी कुत्रंही ऐकत नाही,' असं कुणी म्हणण्याची शक्यता नसते! ...तर चालत चालत मी मखमलाबाद लिंक रोडजवळ आलो. माझ्या मागून म्हणजे रस्त्याच्या डाव्याच बाजूनं एका स्कूटीवरून दोन महिला वेगात येताना दिसल्या. माझ्याजवळ येताच त्यांनी जोरात ब्रेक लावून स्कूटी थांबवली. अचानक घडलेल्या या घटनेमुळं कुत्रा बावरला. भुंकायला लागला. जोरजोरात साखळी ओढायला लागला. रागावत, मोठा आवाज काढत मी त्याला शांत करत होतो. त्या महिलांनी स्कूटी स्टँडला लावली. स्कूटी चालवणारी प्रौढ महिला पुढं आली. मागं बसलेली हातात प्रचारपत्रकं घेऊन पुढं आली. स्कूटी चालवणारी म्हणाली : ''काका, कुत्रं जरा सांभाळा. तिकडं ओढा.'' ती कुत्र्यालाच म्हणाली, 'गप की जरा... आशीर्वाद घ्यायचाय सायबांचा...'

मी : ''कशासाठी..?''

ती : ''थोडा वेळ घ्या त्याला तिकडं. भीती वाटतेय. ऐन निवडणुकीत चावलं तर ११ इंजेक्शनं घ्यावी लागतील. तुमचं नाही चावणार; पण घ्या बाजूला. मला पाया पडून आशीर्वाद घ्यायचे आहेत.''

मी : ''कुणाच्या पाया पडायचंय आणि का?''

ती : ''आता कुणाच्या म्हणजे, तुमच्याच की...कुत्र्याला कोण व्होटर करतं का...? निवडणूक आली की व्होटरच्या पाया पडायचं...त्याचा आशीर्वाद घ्यायचा.''

मी म्हणालो : ''पाया वगैरे पडू नका. काय सांगायचंय ते सांगा.''

ती न ऐकताच चटकन खाली वाकली. पाया पडून मोकळी झाली. उभी राहिली. चुळबूळ करणाऱ्या कुत्र्याला मी आवरत होतो, तसं दुसरी तरुणी पुढं आली. तिनं एक प्रचारपत्रक माझ्या हातावर ठेवलं.

''काकूलाही घरी वाचून दाखवा,'' असं ती म्हणाली. पाया पडणारी महिला ही बहुतेक उमेदवार असावी, हे एव्हाना लक्षात आलं होतं. आमच्या प्रभागात एकेका जागेसाठी किमान १० जण तरी उभे आहेत. एकूण ४० उमेदवार उभे असतील. या सगळ्यांची नावं-गावं-कामं लक्षात ठेवायची म्हणजे मोठं कठीण! निवडणुकीच्या काळात डोक्यात महासंगणक ठेवून फिरल्याशिवाय या सगळ्यांची माहिती काही कळणार नाही. कुत्रा एकसारखा साखळी ओढत होता. त्याला आवरणं कठीण होत होतं आणि ही बोलायला लागली : ''काका, या वेळी हिला पाडतेच की नाही बघा! मागच्या वेळी शे-दीडशे मतांनी मागं होते. नाहीतर तेव्हाच लोळवलं असतं तिला; पण यंदा मी सोडायची नाही. चांगली तयारी केलीय. रोज १०० व्होटरच्या पायांना हात लावून आशीर्वाद घेतेय... होर्डिंज खूप लावल्याती. तिकडं टेकाडावर, समोर बसथांब्यावर... तिथं चौकात आपलीच होर्डिंज आहेत. खूप लवकर जागा अ‍ॅक्वायर केली... आपल्याशिवाय भारी शिकलेलं कुणी नाही...काका, मदत करा मला... बघा कशी लोळवते तिला. निवडून आली न् गायब झाली...आणि आता एका मताला पाच हजार रेट काढलाय; पण आपण कमी पडणार नाही...बघा निवडून येते की नाही... आणि हो निवडून आल्यावर याच रस्त्याला-जिथं आपण थांबलोय ना याच रस्त्याला- तुमचं नाव देणार...लेखक की कायतरी आहात म्हणतात तुम्ही... बघा, देते की नाही नाव...''

...जणू लाखाच्या गर्दीसमोर बोलावं तसं ती बोलली. तिच्यासोबत असलेल्या तरुणीनं दोन वेळा तरी टाळ्या वाजवण्याचा प्रयत्न केला. मी टाळ्या वाजवणार नव्हतो. एका हातात कुत्र्याची साखळी धरली होती. तो सारखा मला खेचत होता आणि म्हणतातच ना, की एका हातानं टाळी वाजत नाही! शेवटी ती म्हणाली : ''जाते काका...अजून बऱ्याच व्होटरना व्हिजिट करायचं आणि रात्री घरी जाऊन स्वयंपाकपाण्याचंही पाहायचंय.''

ती आली तशी भुर्रकन निघून गेली. मी पुढं पुढं चाललो. खरंच तिनं सांगितल्याप्रमाणं तिची अनेक ठिकाणी होर्डिंग होतीच. आता ती विद्यमान नगरसेविकेविरुद्ध लढणार होती.

मी पुढं पुढं निघालो, तसे अनेक उमेदवार गट करून, कार्यकर्ते घेऊन फिरताना दिसले. कुणी भाजी विकत घेत होतं. कुणी भाजीविक्रेत्यांसाठी शेड मांडून देण्याचं, तर कुणी बसस्टॉपवर शेड मांडून देण्याचं आश्वासन देत होतं...बोचऱ्या थंडीतही सुखावणारी आश्वासनं बाहेर पडत होती.

दोन दिवसांनी मी दौऱ्यावर निघालो. सकाळी अकरा-साडेअकराच्या सुमाराला

पुण्याजवळ एका हॉटेलात नाश्ता करण्यासाठी थांबलो. थोड्याच वेळात एक उमेदवार-महिला आणि पुरुष हे समर्थकांबरोबर थेट हॉटेलात आले आणि काउंटरवर मालकासमोरच प्रचार करू लागले. सकाळी गर्दीची वेळ. हॉटेलमधल्या ग्राहकांना सेवा द्यायची की प्रचार ऐकायचा, असा प्रश्न हॉटेलमालकासमोर उभा होता. तो ग्राहकांकडं पाहायचा. काही तरी विचारावं, असं त्याला वाटत असावं; पण सगळे कार्यकर्ते स्वतःच बोलत होते...

एकजण म्हणाला : ''काही झालं तरी ताई चालवायची यंदा.''

दुसरा : ''...तर काय, सीटिंग कार्पोरेटर कुणाला संधीच देत नाही.''

तिसरा : ''त्याची बायको आणि आता तर भावाची बहीण... जणूकाही मतदारसंघ गहाण ठेवून घेतलाय.''

चौथा : ''अहो, ताईसाहेबांनी बाहेर राहून एकटीच्या जोरावर किती कामं केली आहेत ते तरी पाहा... महाप्रसाद, झाडं लावा, वह्या वाटा, दिंड्या काढा... काय केलं नाही त्यांनी? आणि तेही एकटीच्या जोरावर...''

आता मात्र हॉटेलमालकानं तोंड उघडलं. तो थेट म्हणाला : 'एकटीच्या जोरावर, एकटीच्या जोरावर... काय म्हणताय हे? काही कळत नाहीय...''

चौथा : ''आता त्यात काय न कळण्यासारखं...? अहो, ताईसाहेबांचे मिस्टर जेलात आहेत. मर्डर केल्याबद्दल १२ वर्षांची कैद झालीय त्यांना... आता हे सगळं खालच्या कोर्टात... वरच्या कोर्टात अपील केलंय आम्ही... मी गॅरंटी देतो, सुटणार म्हणजे सुटणार

आतनं पॉवरफुल सपोर्ट होय...

ते…" "समाजासाठीच त्यांनी हे भारी काम केलंय," उमेदवार-महिला लगेचच म्हणाली : "आणि ते जेलात आहेत म्हणून लोकांनी आम्हाला वाऱ्यावर सोडलेलं नाही… लई पुण्याई आहे त्यांची आमच्या मागं. जाईल तिथं लोक त्यांची आठवण काढत्यात…आवं, एवढं समाजकार्य करून ठेवलंय त्यांनी की काही विचारूच नका…१०-१० हजारांच्या पंक्ती उठवल्यात… वाढून वाढून माझ्या कमरेला बेंड यायचा… काही विचारूच नका तुम्ही…अहो, भारी पुण्यवान आहे माझा नवरा… आणि हे बघा, अशाच माणसाला जेल होतीय नव्हं… पण, हेही ऐका की तुरुंगात राहूनही त्यांनी आपल्याला सपोर्ट केलाय… बारीकसारीक गोष्टींवर त्यांचं लक्ष असतंय…लय दांडगा सपोर्ट आहे त्यांचा आतनं…"

हॉटेलवाला आश्चर्यचकित झाला. आता ही सगळी चर्चा थांबायला हवी, असं त्याच्या चेहऱ्यावरून वाटत होतं. एकतर हॉटेलमधले सगळे ग्राहकही ऐकत होते. तुरुंगातून एक गुंड आपल्या पत्नीला निवडणुकीत लढवत होता, अशी एकूण स्टोरी होती. चर्चा सुरू असतानाच हॉटेलबाहेर घंटागाडी वाजली. हॉटेलचे काही कर्मचारी कचऱ्याची गाठोडी घेऊन बाहेर आले. प्रचारकही आता बाहेर पडू लागले. बाहेर पडता पडता उमेदवार-महिला म्हणाली : "सर, मला निवडून द्या. तुमच्या हॉटेलसमोर दिवसातून दोन वेळा घंटागाडी पाठवली नाहीतर जेलातल्या कारभाऱ्याचं नाव नाही सांगणार… खरंच सांगतेय, आतून त्यांचा भारी सपोर्ट आहे."

प्रचारक निघून गेले. घंटागाडीही निघून गेली. गाडीवर काम करणाऱ्यांचा पगार चार-पाच महिने झालेलाच नाही. तिकडं नाशिकमध्येही घंटागाडीचा ठेकेदार खोट्या नोटा छापण्याच्या आरोपाखाली तुरुंगात आहे. त्याचेही काही दूरचे नातेवाईक रिंगणात आहेत. एकूण काय तर, ज्या यूपी आणि बिहारींविरुद्ध आपले काही लोक आंदोलन करतात, त्यांच्याच रांगेत आपणही हळूहळू सरकतोय की काय, असं वाटायला लागलं. तिथंही अनेक गुंड ग्रामपंचायतीपासून खासदारापर्यंत आत राहून निवडणुका जिंकतात. आत गेले की ते पॉवरफुल होऊन बाहेर पडतात. आत असं कोणतं मॅग्नेट आहे, की ते या सगळ्यांना पॉवरफुल बनवतं, हे काही कळत नाही. मोबाईल, मांजा पकडल्याच्या बातम्या येतात; पण आत गेलेल्यांना सुपरमॅन बनवणारी अशी कोणती प्रोटिनची पावडर तिथं आहे हे काही कळत नाही… हे वाक्य काही वेळा अतिशयोक्त आणि काही वेळा खरंच वाटायला लागतं.

२९ जानेवारी २०१७

∎ ∎ ∎

पैसा फेको, देव देखो

६ जानेवारीला तुळजापूर पत्रकार संघातर्फे बाळशास्त्री जांभेकर यांच्या नावानं दिला जाणारा पुरस्कार स्वीकारल्यानंतर दुपारी तुळजाभवानीच्या दर्शनाला गेलो. तत्पूर्वी, महामुनी आणि शुभम कदम यांनी व्हीआयपी रांगेतून जाण्याचा प्रयत्न करता येईल का, यासाठी थोड्या हालचाली माझ्या परस्परच केल्याचं लक्षात आलं होतं. अर्थात, हे मला आवडलं नाही. एखादा भक्त व्हीआयपी आहे की नाही, हे ठरवण्याचे अधिकार कलेक्टर, प्रांत, तहसीलदार, नगराध्यक्ष, आमदार आदींकडं आहेत. देवापूर्वी ही साखळी यशस्वी झाली, की भक्ताला काही काळापुरतं तरी व्हीआयपी बनता येतं; पण महामुनीला काही यश आलं नाही. त्यानं व्हीआयपीऐवजी मुखदर्शन घेण्याचा निर्णय जाहीर केला. मुखदर्शन म्हणजे शंकराजवळ राहून घ्यावयाचं दर्शन. लांबूनच देवीला हात जोडायचे. धर्मदर्शनमध्ये जवळ जाऊन देवीचं दर्शन घेता येतं. व्हीआयपी वेगळे असतात. त्यांची रांग वेगळी असते. मुखदर्शनासाठीच जायचं म्हणून आम्ही रांगेत उभे राहिलो. ही रांगही मोठी होती. शेजारी अगदी चिकटून धर्मदर्शनाची आणि व्हीआयपीची रांग दुसरीकडून न दिसणारी... फारतर आपण गुप्तमार्ग म्हणू शकू. मुखदर्शनाच्या रांगेतून आम्ही एकेक पाऊल पुढं सरकत होतो. शेजारच्या धर्मदर्शनाच्या रांगेत खूप सामान्य माणसं होती. खेड्यापाड्यातून कुटुंबकबिल्यासह किंवा एकेकटीही आलेली. त्यांची रांगही मुंगीच्या पावलानंच पुढं जात होती. रांगेतले लोक बऱ्याच वेळेपासून उभे असावेत, असं त्यांच्या त्रासलेल्या चेहऱ्यावरून वाटत होतं. दोन रांगांमध्ये असलेल्या आडव्या पाइपाला हात लावून ते पाऊल टाकत होते. खरंतर पाऊल टाकत होते, असं म्हणण्याऐवजी ते सरकत होते, हलण्याचा प्रयत्न करत होते, असं म्हणणं अधिक वस्तुनिष्ठ ठरावं. माझ्या डाव्या बाजूला अर्थातच धर्मदर्शनच्या रांगेत एक पुरुष, त्याच्या मागं एक महिला, पुन्हा एक पुरुष उभा होता. आम्ही समोरच्या पुरुषाजवळ आलो तेव्हा सडपातळ अंगाचा, दाढी वाढलेला आणि विजारीतला भक्त जणू काही ओरडलाच : ''या, या...तुम्हीही पुढं या...

आता काही राहिलं नाय बगा... पैसा फेको, देव देखो. आम्ही झक मारत कवरधरनं इथं थांबलोय आणि तुम्ही जा म्होरं म्होरं... आयला, कली आली म्हनत्याती ती हीच की...''

बराच वेळ तो पुटपुटत होता. त्याचं बोलणं ऐकून मला दोन कारणांमुळं वाईट वाटलं. एक म्हणजे, मी व्हीआयपी रांगेत नसताना तो आमच्या रांगेवर चिडला होता. दुसरं म्हणजे, मी त्याच्याप्रमाणं धर्मदर्शनासाठी काही जाणार नव्हतो, तरी तो मला त्यांच्यातला समजून चिडला होता. काय बोलावं कळत नव्हतं. त्यातूनही मी म्हणालो : ''दादा, माझी रांग वेगळी आहे. आम्ही मुखदर्शनासाठी निघालो आहोत.''

यावर तो म्हणाला : ''असू द्या. पैसेवाले कुठंबी थांबत्याती...''

आमचा दोघांचा वाद वाढू नये म्हणून त्याच्या मागची महिला म्हणाली : ''भाऊ, मनाला लावून घेऊ नका. सकाळधरनं रांगेत थांबून कावून गेलंय ते... तुमचं तुमचं चला... त्याच्याकडं, त्याच्या बोलण्याकडं लक्ष नका देऊ.''

मी : ''पण मावशी, आमची रांग व्हीआयपी नाहीय.''

ती : ''कळतं मला; पण याच्या डोस्क्यात शिरत नाय. कुणी बी मागनं आलं आणि गेलं पुढं निघून तर याचं डोस्कं फिरतं... नाहीतर उभं राहून राहून पायाला कड येतोय की भाऊ... जा बाबा, तुझं तू पुढं.''

महिला बोलल्यानंतर मग कुणीच काही बोललं नाही. खरंतर देवी आणि भक्त यांच्यात १५-२० फुटांचं अंतर होतं; पण गर्दी, व्हीआयपी, अतिव्हीआयपी यामुळं ते खूपच वाटत होतं. कुणाचा तरी जीव कावत होता. कावणं म्हणजे चिडणं... पश्चिम महाराष्ट्रात ग्रामीण भागात हा शब्द वापरतात. 'कशाला कावतुयास?' असं सहज कुणीतरी म्हणून जातं.

चालता चालताच मनात अनेक प्रश्न घुमू लागले. एकतर या देवीच्या मंदिरात सर्वच जातींना प्रवेश आहे. गाभाऱ्यासमोर जाती गळून पडतात; पण आता नवी 'जात' जन्माला आली. व्हीआयपी आणि नॉन व्हीआयपी ही ती नवी जात. जिथं भक्तांनी देवाला श्रीमंत केलंय, तिथं हा नवा भेदाभेद हमखास दिसतो. सोय आणि आर्थिक लाभ ही दोन कारणं त्यामागं जशी आहेत, तसं भक्त आपली भौतिक जगातली प्रतिष्ठा घेऊनच देवासमोर जातो. प्रतिष्ठा विसरायला तो तयार नसतो. परिणामी, व्हीआयपीवाले बंदोबस्तातच झटकन आत जातात. सामान्य माणसाला काहीतरी वाटत असेल, याचा विचार कुणाच्या गावीही नसतो. पंढरपुरात वारीच्या वेळी आपला नंबर लागण्याची शक्यता नसते म्हणून हजारो वारकरी चंद्रभागेत राहून कळसाला नमस्कार करतात. कळसात आपला सखा विठ्ठल पाहतात. व्हीआयपीवाले देवाजवळही पोझ देऊन आपले फोटो काढतात. दुसरीकडं 'विठ्ठल... विठ्ठल दे दर्शन' म्हणत फाटके-तुटके भक्त तासन्तास रांगेत खोळंबतात आणि झालंच तर तुळजापूरच्या भाषेत कावतात.

आता तुळजापुरात व्हीआयपीची आणखी एक सोय केलीय ती म्हणजे त्यांच्याकडून पैसे घेतले जात नाहीत आणि जे लाखो रुपये मिळतात त्यातून देवस्थान समिती (शासकीय) काही करत नाही. कोट्यवधी रुपये या समितीकडं फक्त पडून आहेत. त्यावर व्याजही भरमसाठ मिळतं. 'व्याजाला सोकलं आणि कामाला मुकलं' याप्रमाणं चाललंय. ट्रस्टमध्ये कुणी पुजारी प्रतिनिधी नाही. त्यावरूनही वाद आहेच. तुळजाभवानीचं आणखी एक वैशिष्ट्य आहे आणि ते म्हणजे बहुतेक सर्व जातीतले पुजारी देवीसाठी लाभले आहेत. खूप पूर्वी पुजाऱ्यांची घरं मर्यादित होती. काळाच्या ओघात लोकसंख्या वाढली, घरं वाढली आणि पुजारीही वाढले. प्रा. संभाजी भोसलेंशी बोललो. त्यांच्याकडं नेमकी माहिती नव्हती. अशी माहिती नसल्याचं कारण म्हणजे, पुजाऱ्यांची वाढती संख्या. याही स्थितीत वास्तवाच्या जवळपास जाणारा अंदाज व्यक्त करता येतो. "पूर्वी १६ भोपे होते. आता १०० झाले असावेत. पूर्वी मराठा पाळीकर १५० होते, ते आता १४०० झाले असावेत. लिंगायत दोनाचे दहा, धनगर एकाचे पाच, उपाध्ये ८४ चे २००, गुजराती ब्राह्मण एकाचे पाच झाले असावेत.'' अर्थात, हा अंदाज. अजून माहिती घेतली तर पुजाऱ्यांची एकूण संख्या दोन हजारांच्या आसपास जायला हरकत नाही. याशिवाय, मूळ मंदिरापासून काही अंतरावर मातंगी देवी आहे. ती मांग समाजाची आणि तिचे पुजारी दोन-तीनशे...महार समाजाची आदिमाय-आदिशक्ती. तिचेही जवळपास एवढेच पुजारी. प्रत्येक पुजारी-कुटुंबाचा वार ठरलेला असतो. त्या दिवशी मंदिरात म्हणजे या दोन मंदिरांतली मिळकत त्यांची असते. दोन्ही मंदिरांत वर्षाला पाच-सहा लाख रुपये तरी जमा होत असावेत. अन्य पुजारीही परंपरेने विधी करतात. त्यांचे भक्त, त्यांच्या पूजा आणि त्यांचं उत्पन्नही ठरलेलं असतं. या सगळ्यांकडूनही व्हीआयपी रांगेत भक्त पाठवले जातात.

बहुतेक नावाजलेल्या धर्मक्षेत्रांत पूजापाठ, सोहळे यांना इव्हेंटचे स्वरूप आलंय. काही धर्मस्थळं व्हीआयपीच्या तिकिटातून कोट्यवधी रुपये मिळवतात. पुन्हा प्रश्न हाच राहतो, की भक्तांमध्ये हा भेदाभेद करायचा का आणि करायचाच असेल तर त्याचं स्वरूप काय असायला पाहिजे. सामान्य भक्तांच्या रांगेत ताटकळत राहणारा भक्त कावेल, असं स्वरूप असायला हवं की सुलभता वाढवणारं? अलीकडं सगळेच जण; त्यातही राजकारणातले सगळेच टोपीधारी आणि साहेबांचे पट्टेवालेही स्वतःला व्हीआयपी समजू लागल्यानं पेच तयार होतोय. कुठल्याही माणसाकडं कुठल्या तरी राष्ट्रीय, आंतरराष्ट्रीय कथित संस्था-संघटनेचं काहीतरी असतंच... व्हीआयपी ठरवण्यासाठी ते मिळवलेलं असतं. 'सगळेच मोबाईलवर; जमिनीवर कुणीच नाही,' अशी तऱ्हा... जाऊ द्या... त्या कावलेल्या भक्ताचं वाक्य अजून मनात घुमत राहिलंय : पैसे फेको, देव देखो...

५ फेब्रुवारी २०१७

■ ■ ■

आयुष्याची कणीक ओली करणाऱ्या कविता

आता कसं सांगायचं...? काळजात कविता जागी झाली, की लय अस्वस्थ वाटायला लागतं... झालंच तर घालमेलबी होती... रात-रात झोप नाही लागत... मधीच उठून बसते... कागदावर एकापुढं एक शब्द लिहिते... कधी कधी कविता पुरी होते, कधी नाही होत... मग पुन्हा झोपायचं... पण डोळा काही लागत नाही... शब्द वळवळायला लागतात...पुन्हा उठायचं... पुन्हा कागद पुढं धरायचा... पुन्हा लिहायचं... घरातले सगळे 'झोप की आता' म्हणतात... पण झोपू देईल ती कविता कसली...? ती पुरी झाली... शब्दाला शब्द जुळला... यमकाला यमक जुळलं की होतेच कविता... आणि यमक जुळलं की... एकदा का कविता बाहेर आली, की इतका आनंद होतो, की तो सांगताच येत नाही... कवितेसाठी शब्द असतात; पण आनंद सांगण्यासाठी शब्द नसतात... लय बरं वाटतं, छान वाटतं, आनंद वाटतो, समाधान वाटतं, मन भरून येतं... सगळं विसरायला होतं... अजून काय सांगावं बरं? लय आनंद होतो, साहेब...

शिक्षणातल्या जेमतेम सहा-सात पायऱ्या चढलेली म्हणजे सातव्या बुकापर्यंतच थांबलेली आणि संसारात गुंतून सगळ्या सगळ्या वेदना, धुकं, दुःख, वादळं यांची मालकीण झालेली मालती सुनील आव्हाड जणू कवितेच्या जन्माची चित्तरकथा सांगत होती... ती भल्याभल्यांना सांगता येत नाही...विद्यापीठाच्या थोरल्या-दांडग्या बुकातूनही ती सटकते... मी मी म्हणणाऱ्या भारी माणसांनाही कवितेची जन्मप्रक्रिया पकडता येत नाही आणि एवढंच नव्हे, तर आपण का लिहितो आणि त्याचं काय होतं, हेही सांगता येत नाही... व्यक्त होता आलं नाही तर थोर माणसं मौनात जातात...व्यक्त होण्यासाठी नवी संहिता, नवी मुळाक्षरं जन्माला घालतात... मग व्यक्त होतात...व्यक्त होण्याचा आनंद काय असतो, हे सांगतानाही मालतीची घालमेल होत होती... शब्द जुळत नव्हते, तर काही फितूर होत होते... मध्येच ती क्षणभर शांत व्हायची आणि मग बघता बघता

आनंदाचं झाड व्हायची... बघता बघता तिच्या ओठातून कविता बाहेर पडायची...'माझी ही कविता ऐका... ही राहू दे, ही फार सुंदर आहे...ऐका...' कोणती कविता बाहेर काढावी आणि कोणती रोखून धरावी, याचं एक सुंदर कोडं पडायचं आणि हे कोडं सोडवता सोडवता पुन्हा कविता ओठावर यायच्या...

...तर ही मालती... दुःखाचे सगळे डोंगर चढून आलेली... अजूनही चढत राहिलेली... दुःखाचे सगळे खेळ आणि डावपेच तिला ठाऊक... दुःखाच्या चक्रव्यूहातून बाहेर पडताना प्रत्येक वेळी तिनं कवितेची मदत घेतलेली... तिचं माहेर खूप सुखात आहे...भरपूर शेती....मळा...सगळं काही होतं तिथं...कशाचीही वानवा नव्हती...माळदुमाला हे वणीजवळच दिंडोरी तालुक्यातलं छोटं खेडं... शहराच्या वाऱ्यापासून दूर... मालतीचं शिक्षण सातव्या पायरीपर्यंत पोहोचलं आणि लेकीसाठी शहरातलं स्थळ मिळतंय म्हणून धूमधडाक्यात तिचं लग्न झालं... नवरा शहरात स्वतःची रिक्षा चालवणारा, स्वतःचं घर बाळगून असलेला... रिक्षाची चाकं जशी घुमत होती तसा काळही घुमत होता...मध्येच तो कोलांटउडी मारून पुढं व्हायचा...अशाच एका उडीत मालतीचा नवरा अपघातात सापडला. रिक्षा गेली... सटरफटर कामं तो करू लागला...मालती धुणीभांडी करण्यासाठी सासूबरोबर जाऊ लागली...माहेरात सुखाचा ढीग आणि सासरी अशा दुःखाच्या दऱ्या... आयुष्य फक्त आणि फक्त चढणीवर

लागलेलं... धुण्या-भांड्याबरोबर मालती आणखी कामं करू लागली...कुठल्या कुठल्या संस्थेतही काम करू लागली... होस्टेल, हॉटेल, बँका, प्रेस कुठंही मिळंल तिथं भांडी धुण्याची आणि स्वच्छतेची कामं करू लागली... त्यातच ती तीन लेकरांची माय बनली. एवढं मोठं शहर, नेम धरून डंख मारणारी महागाई या सगळ्यात तिला जगायचं होतं. पोरं जगवायची होती. त्यांना शिक्षण देऊन शहाणं करायचं होतं. फाटलेलं आभाळ सांधण्यासाठी फक्त कष्ट आणि कष्ट एवढंच शिल्लक होतं. कंबर बांधून ती लढायला लागली. पोरीचं लग्न तिच्या माहेरच्यांनीच लावलं...मोठा पोरगाही आजोळीच राहतोय... छोटा आईची लढाई बघत बघत मोठा होतोय... रोज पहाटे वर्तमानपत्रं वाटायचं काम तो करतोय. पेपर वाटता वाटताच तो बी.कॉम झाला. मुक्त विद्यापीठात एम.ए. झाला. आता यूपीएससी उत्तीर्ण होण्यासाठी दिल्लीत जाऊन अभ्यास करण्याचं तो ठरवतोय. जुळवाजुळव करतोय.

या सगळ्या कष्टाच्या लढाया, कष्टाला स्वतःच्या हातात हात घालून चालवण्याचा प्रयत्न यातून मालतीच्या कविता जन्माला येऊ लागल्या. दिवसभर राबराब राबून रात्री एखादी कविता सुचली की कोण आनंद होतो तिला...!

भरल्या डोळ्याचं पाणी

भिजवतेय कणीक

असं सुख-दुःखाचं नातं सांगणारी आणि आयुष्य बनून डोळ्यातून वाहणारी कविता कणकेत बंद करून कणकेला हवा तसा आकार देणारी तिची कविता जीवनाशी एक अतूट नातं सांगतेय आणि एक भाबडा प्रश्नही उपस्थित करतेय...

अरे कवयित्रीच्या वाट्याला

असं कसं रे जीवन?

तिला अजून ठाऊक नाहीय, की वेदना आणि प्रतिभेचा संगम म्हणजेच कविता असते. कवितेला सुखाची ऊब नव्हे, तर दुःखाची सावली ही लागत असते.

स्त्रीविषयी मालतीच्या खूप उदात्त आणि वस्तुनिष्ठ कल्पना आहेत. शेतीचा शोध स्त्रीच लावते. सगळ्या नात्यांना तीच जन्माला घालते. ही धरणी तीच सुंदर बनवते. पृथ्वीवर माणसाचं जगण्या-मरण्याचं रहाटगाडगं तीच टिकवते, हे सांगताना मालती लिहिते...

स्त्रीची फुलली गती

तिने शोधली शेती

पिकवलं मातीत मोती

निर्माण केली नवी नाती

आणि घडवली संस्कृती

स्त्रीची ही विविध रूपं आदीपासून ते महत्त्वाच्या टप्प्यापर्यंत पकडण्याचा प्रयत्न तिनं केलाय... कर्तृत्ववान माणसं, महापुरुष मालतीला खूप भावतात...हे सगळे तिच्या कवितेचे विषय होतात. शब्दाशब्दात चमकत एका माळेचं रूप ते धारण करतात...

मैदानावर धावण्याचा सराव करणारी धावपटू कविता राऊतला भेटायला मालतीही धावत जाते. सोबत कवितावरची कविता असते. या कवितेवर कविताही सही करते. सावरपाडा एक्स्प्रेस बनलेल्या एका आदिवासी मुलीची यशोगाथा म्हणजे ही कविता आहे. महात्मा फुले, सावित्रीबाई फुले, डॉ. बाबासाहेब आंबेडकर, छत्रपती शिवाजी महाराज हेही मालतीच्या कवितेत लखलखताना दिसतात. तिच्या कवितेत शिवसेनाप्रमुख बाळासाहेब ठाकरेही आहेत आणि मोदीबाबांची नोटबंदीही आहे. नोटबंदीनंतर कसला तरी एक आशेचा किरण दिल्लीच्या लाल किल्ल्यावरून गरिबांच्या अंधारमय जगात येईल, असं मालतीलाही वाटतंय. मालतीच्या या स्वप्नाला नरेंद्र मोदी यांचं यश म्हणावं लागेल.

या स्वप्नाचं गारुड भल्याभल्यांना कळणार नाही. लाल किल्ल्यावरच्या भाषणांवर अजून कुणी पीएच.डी. केलेली नाही, हेही बरंच म्हणावं. गरिबांना रात्रंदिवस अशी उजेडाची स्वप्नं पडत असतात, हे काही खोटं नाही.

मालतीच्या कवितांमध्ये निसर्गही भरून उरलाय. पावसाचं स्वागत तिची कविता करते आणि म्हणते...

पाऊस आला पाऊस आला

ओली झाली ओसाड माळमाती

धरतीमाता हिरवा शालू ल्याली

सावित्रीबाईंच्या कर्तृत्वाचाही मालतीच्या कवितांवर खूप परिणाम आहे. सावित्रीबाईंच्या शाळेत जाऊन मुली डॉक्टर, वकील होतील आणि होत राहतील, असा एक आशावाद तिनं कवितेत जागवला आहे.

मालती कविता दाखवत होती आणि उत्स्फूर्तपणे वाचतही होती. नाशिकच्या 'मविप्र'मध्ये आदर्श शिशुविहारात ती बऱ्याच वर्षांपासून नोकरी करतेय. या संस्थेचे एक नेते डॉ. वसंतराव पवार यांच्या निधनानंतर मालतीनं डॉ. वसंतराव पवार यांच्यावर एक कविता, पोवाडा लिहिलाय. 'चैतन्य' या स्मृतिग्रंथात तो प्रसिद्धही झालाय. प्रसिद्ध झालेली ही तिची एकमेव कविता. शाळेत कोणतेही राष्ट्रीय दिन किंवा महत्त्वाचे सणवार साजरे होवोत...महापुरुषांच्या जयंत्यामयंत्या येवोत... मालती कविता रचणार आणि तिच्या शाळेच्या मुख्याध्यापिकेला विनंती करणार : 'वाचू का बाई कविता...?' अर्थात तिला कुणी रोखत नाही... आपली कविता घेऊन ती संस्थेच्या प्रमुख नीलिमा पवार यांच्यापर्यंत थडकली. शाबासकी घेऊन आली.

बराच वेळ माझ्याच घरात मालतीचं एकटीचंच काव्यवाचन सुरू होतं. तिचा मुलगा, तसंच शिक्षक-कार्यकर्ता चंद्रकांत गायकवाडही होता. खरंतर चंद्रकांतनंच बहिणाबाईंच्या या जणू काही छोट्या लेकीला माझ्याकडं आणलं होतं. मालतीचं आता एकच स्वप्न आहे आणि ते म्हणजे, स्वतःचा काव्यसंग्रह प्रकाशित होण्याचं. मालतीच्या कविता आकृतिबंधात बसत नाहीत. कारण, आयुष्य आणि त्यातलं दुःख कधी आकृतीत बसत नसतं. तरीही मालतीच्या कवितांवर काम हे करावं लागणारच आहे. प्रकाशन मात्र अवघड गोष्ट आहे. तरीही चंद्रकांत आणि त्याच्या मित्रांनी पुढाकार घ्यायचं ठरवलंय. 'दुःखमुक्त होण्यासाठी कविता' असं एक समीकरण मांडणाऱ्या मालतीच्या कवितांवर शहाण्यांनी सुंदर संस्कार केले तर तिचीही कविता उजेडात रांगू शकते.

१२ फेब्रुवारी २०१७

■ ■ ■

वेड्यांची शर्यत

भूमिहीन आणि भूमिसम्राट अशा टोकाच्या विषमतेत विभागलेल्या भारतात दानाचं रूपांतर आंदोलनात करत लाखो एकर जमीन दानात मिळवणारे आणि समाजाचे संस्कार व आध्यात्मिक विद्यापीठ बनलेले संत विनोबाजी भावे यांच्या वर्धा इथल्या पवनार आश्रमात प्रवेश केल्यानंतर ठिकठिकाणी त्यांचे विचार कोरलेले दिसतात. त्यात एका प्रार्थनेसंबंधीचा विचारही आहे. बहुतेक वेळा प्रार्थना का करावी, हे भल्याभल्यांना कळत नाही. विनोबाजींनी मात्र अतिशय साध्या-सोप्या शब्दांत प्रार्थनेचा अर्थ सांगितलाय. स्नान केल्यामुळं शरीर ताजंतवानं होतं, तसं प्रार्थनेमुळं मन ताजंतवानं आणि शुद्ध होत असल्याचा अनुभव येतो. अन्नामुळं शरीराचं पोषण होतं, तर प्रार्थनेमुळं मनाचं पोषण होतं. झोपेमुळं माणसाला आराम मिळतो. झोपेनंतर तो उत्साही होतो; तसंच प्रार्थनेमुळं मनाला आराम आणि उत्साह लाभतो. प्रार्थनेसंबंधीची ही पाटी वाचतच मी आणि राजेंद्र मुंढे आश्रमाच्या आवारातल्या मंदिरात गेलो. तिथून शेजारीच असलेल्या धाम नदीच्या मध्यपात्रात विनोबाजींच्या अस्थी ठेवून अतिशय मोहक स्मारक उभं केलेलं आहे. अगोदर आश्रम फिरून मग तिथं जाऊ, असा विचार करत पुस्तकविक्रीच्या दालनासमोर आलो. विनोबाजींनी सर्व धर्मांवर आणि त्यांच्या ग्रंथांवर अतिशय सुलभ भाष्य करत ग्रंथ लिहिले आहेत. वेद-उपनिषदं आणि गीता हा तर त्यांच्या जीवनाचा अभंग भाग होता. ख्रिस्ती धर्मांवर त्यांचं एक पुस्तक आहे. 'ख्रिस्त धर्मसार' असं त्याचं नाव आहे. 'धम्म पदं' (नवसंहिता) या त्यांच्या दुसऱ्या ग्रंथानंही मला आकर्षित केलं. दोन्ही ग्रंथ घेऊन आम्ही आश्रमाबाहेर पडलो. विनोबाजींच्या समाधिस्थळावर आलो. 'सुबोध बायबल' हा महाग्रंथ सिद्ध करणारे फादर फ्रान्सिस दिब्रिटो यांना दूरध्वनी करून 'ख्रिस्ती धर्मसार'विषयी विचारलं. 'खूपच छान पुस्तक आहे', अशी उत्स्फूर्त प्रतिक्रिया त्यांनी दिली. धुळ्याच्या तुरुंगात राहून विनोबाजींनी प्रवचनांच्या स्वरूपात सांगितलेलं आणि साने गुरुजींनी शब्दांकित केलेलं 'गीताप्रवचने' हे पुस्तक खूप वर्षांपूर्वी वाचलं होतं. भुकेल्या

हरणामागं लागलेल्या भुकेल्या वाघाची बोधकथा आयुष्यभर लक्षात राहिली होती. समाधी पाहिल्यानंतर गीताई मंदिराला भेट दिली. विनोबाजींची संपूर्ण गीता दगडी शिळेत इथं कोरलेली आहे. तिथं वॉचमन असणाऱ्यालाही गीतेविषयी समग्र माहिती आहे. 'गीताई'त प्रकरणं किती, ती कोरण्यासाठी नक्षीदार दगड किती लागले, दक्षिणेकडच्या अमराठी माणसानं मराठीतली ही सुंदर अक्षरं कशी कोरली आहेत, याविषयी तो बरीच माहिती देत होता. सोबतीला राजेंद्र होताच. तोही गाईड बनला होता. त्याच्याविषयी एक वाक्य लिहायला पाहिजे. वन खात्यात चार रुपये रोजंदारीवर काम करत, आयुष्याला भिडत भिडत तो एम.ए., नेट आणि आता पीएच.डी. झालाय. त्यालाही गीताईच्या निर्मितीपासून सगळी माहिती तोंडपाठ आहे. जपानी गुरूंनी बांधलेलं स्तूप अगदीच वैशिष्ट्यपूर्ण आहे. ही सारी स्थळं आणि तिथला विचार माणसाला प्रार्थनेकडं घेऊन जातो. महात्मा गांधीजी यांचं १३ वर्षं वास्तव्य असलेल्या आणि 'छोडो भारत'बरोबर 'स्वयंपूर्ण खेडं आणि खेड्यांचा भारत', असं स्वप्न बाळगणाऱ्या सेवाग्राम आश्रमात सायंकाळी होणाऱ्या प्रार्थनेला हजर राहावं, असा विचार बळावू लागला. प्रार्थना वेगळी, धर्म वेगळा, श्रद्धा वेगळी, अंधश्रद्धा वेगळी असते. या सगळ्यांची स्पेशल कोल्हापुरी मिसळ कुणी करू नये, अशी अपेक्षा आहे.

सेवाग्राम म्हणजे महात्मा गांधीजींच्या अर्थात बापूजींच्या स्वप्नातला भारत आहे. तिथलं शिक्षण, समूहजीवन, न्यायपंचायत सगळं काही इंडियापेक्षा वेगळं असावं, अशी कल्पना सेवाग्रामच्या मागं असावी. या ग्रामातल्या लोकांनी जगावं कसं, जगणं आनंदी कसं करावं इथपासून ते दात कसे घासावेत, आंघोळ कशी करावी इथपर्यंत बापूजींनी सगळं काही नोंदवून ठेवलंय. लोकांना शिकवलंय. 'जे जे साधं असतं, ते ते सामर्थ्यशाली असतं,' हे बिंबवण्याचा प्रयत्न इथं पावलोपावली झाला आहे. मी यापूर्वीही एक-दोन वेळा तरी इथं आलो असेन; पण प्रार्थनेला कधी हजर राहता आलं नव्हतं. आज म्हणजे कमी दिवसांच्या फेब्रुवारीत पहिल्याच तारखेला तशी संधी मिळणार होती. वेळेची अडचण होती. वर्ध्याचं साहित्यविश्व सुंदर घडवणाऱ्या 'यशवंत दाते स्मृती

संस्थे'तर्फे महाराष्ट्रभरातल्या कवी-लेखकांना पुरस्कार मिळणार होता. तोही आजच्याच दिवशी. पदरमोड करून प्रदीप दाते पुरस्काराची परंपरा चालवत आहेत. दुसरा एक विचार आला, की बापूजींच्या कुटीत आपण कधीही प्रार्थना करू शकतो. या कल्पनेला डॉ. श्रीराम जाधव, सेवाग्राम आश्रम प्रतिष्ठानचे अध्यक्ष जयवंत मठकर आदींनी होकार दिला. पंढरपुरात 'साने गुरुजी स्मारका'च्या पायाभरणीच्या वेळी त्यांची ओळख झाली होती. ती मदतीला आली. विशेष म्हणजे, आश्रमातली प्रार्थना गणितात बांधलेली नाही, ही एक चांगली गोष्ट.

आमच्या खानदानात कमी ऐकायला येण्याची परंपरा आहे आणि ती मलाही लागू आहे, असं जोरात सांगणारा कवी प्रशांत पनवेलकर, मराठीचा प्राध्यापक उल्हास लोहकरे, प्रदीप दाते, राजेंद्र आदी सगळे सेवाग्राम आश्रमात दाखल झालो. आश्रमाचं एक वैशिष्ट्य किंवा रचना म्हणा, तिथं प्रवेश करताच आपल्यात कुठंतरी लपून वास्तव्य करणारा अहंकार गळून पडल्यासारखं वाटतं. दक्षिणेकडून आलेलं एक कुटुंब झाडाखाली बसून प्रार्थना करत होतं. १९३६ मध्ये बापूजींनी स्वतः लावलेल्या आणि मीराबहन यांनी संगोपन केलेला पिंपळवृक्ष आता डौलदार झालाय. सगळ्यांना तो आकर्षित करतोय, तसंच तुळशीच्या रोपट्याचं आहे. एक भारावून टाकणारं, म्हटलं तर मन शुद्ध करणारं वातावरण इथं आहे. बापूजींच्या कुटीत आम्ही पाच-सहा जण प्रार्थनेसाठी बसलो. शेजारी बापूजींची वस्तू ठेवण्याची एक लाकडी पेटी जुन्या वस्तूंसह जतन करून ठेवण्यात आलेली आहे. तीमधला चष्मा चोरीला गेला असून, अजून मिळालेला नाही. 'रईस' चित्रपटात असाच चष्मा चोरणारा पोरगा आहे, त्याची आठवण झाली. मातीनं सारवलेल्या जागेवर दोन बोरे अंथरले आणि आमची प्रार्थना सुरू झाली. आश्रमातली एक सेविका शोभा कवाडकर मधुर आवाजात प्रार्थना गात होती. प्रभा शहाणे, अश्विनी बघेल साथ देत होत्या. बाबाराव खैरकार, जयवंत मठकर तर होतेच.

'ओम तत् श्री' आणि दुसरी एक प्रार्थना झाली; पण मी वाट पाहत होतो, 'वैष्णव जन तो तेणे कहिए, जो पीड परायी जाणे रे' या भजनाची. आयुष्यभर बापूजींनी हे भजन म्हटलं होतं. ऐकलं होतं. त्यांच्या कार्यक्रमापूर्वी हे भजन हमखास व्हायचं. नरसी मेहता यांनी हे भजन लिहिलंय.

हे भजन म्हणणारे लाखो लोक तयार झाले होते. नाशिकचे एक कवी किशोर पाठक यांचे वडील गौतमबुवा आणि आई सुशीला यांनीही बापूजींच्या कार्यक्रमात भजनं गायली आहेत. सुशीलाआई जिवंत असताना आणि डॉ. शिंदे यांच्या हॉस्पिटलमध्ये उपचार घेत असताना त्यांच्या तोंडून काही ओळी ऐकण्याची संधी मला मिळाली. त्या मोठ्या मनाच्या होत्या. त्यांनी मलाही मुलगा मानलं होतं. ...तर प्रार्थना संपल्यानंतर शांतपणे डोळे उघडले

आणि 'वैष्णव जन तो तेणे कहिए' हे भजन म्हणण्याची विनंती केली. दुसऱ्याच्या वेदना जाणणारा किती महान असतो, ही ओळ पुनःपुन्हा आळवली जात होती. प्रार्थना ऐकताना मनात आत खोलवर काही तरी घडत होतं; पण ते नेमकेपणानं शब्दात मला काही मांडता येत नाहीय. क्षमस्व.

प्रार्थना संपवून बापूजींच्या ठिकठिकाणच्या पाऊलखुणा पाहत खादीविक्रीच्या दुकानात पोहोचलो. वर्ध्यात एक जुनं खादीचं दुकान आहे. तिथं शुभ्र खादीचा दर मीटरला दोन हजार रुपये होता. या खादीचं नाव मोठं मजेशीर आहे. मिनिस्टर खादी! खादीच्या कपड्यातही नेता आपल्या मागं लागतोय, हे काही खोटं नाही. दर आणि मिनिस्टर ऐकताच कापड बाजूला ठेवलं. कुणी आपल्याला म्हणायला नको, की हा मिनिस्टर खादी वापरतोय! सेवाग्राममध्ये दर तुलनेनं कमी होते; पण चरखा महाग होता. चरख्यावरून विषय निघाला. ...तर मठकर सांगत होते, की बापूजींच्या वेळी देशात २२ लाख चरखे होते. त्यातले आता सात लाखच शिल्लक आहेत.

मोदीकुर्त्यांची गल्लीबोळात जाहिरात होत असताना आणि आपल्या धिप्पाड छातीवर पंतप्रधान खादीच खेळवत असताना चरखे कसे बंद पडले, असा प्रश्न माझ्यासमोर पडला. कुणी काही म्हणो, गेल्या १० वर्षांपासून (म्हणजे भाजपच्या भाषेत काँग्रेसच्या राजवटीपासून) खादी-ग्रामोद्योगाचं काही खरं नाही. बजेटमध्ये खादीटोपीवरचा टॅक्स कमी करण्यापलीकडं बाकी ठोस काही होत नाही. एक छोटासा चरखा विकत घेतला. घरात तो शो-पीस म्हणून ठेवण्यासाठी अनेक जण तो विकत घेतात. चरख्यावरून बापूजींचा फोटो गायब कसा काय झाला, हे भल्याभल्यांना कळलं नाही. प्रत्येक सत्ताधारी पक्ष आपापल्या तत्त्वज्ञानाचा, संस्कृतीचा नवा इतिहास लिहू लागतो आणि मागचा पुसू लागतो. बापूजींचं वेगळं आहे. ते चरख्यावर असले-नसले तरी काही फरक पडत नाही.

'पागल दौड' असं शीर्षक असलेला एक फलक आश्रमात आहे. तृष्णेच्या मागं, स्वार्थाच्या मागं लागणाऱ्या लोकांना बापूजींनी कसं सटकवलंय, हे या फलकावरून लक्षात येतं. आपल्या गरजा अनावश्यक वाढवत आयुष्यभर त्यामागं धावणाऱ्या लोकांमध्ये एक दिवस असा प्रश्न निर्माण होईल, की आपण काय करत आहोत? एकापाठोपाठ अनेक संस्कृती आल्या आणि गेल्या. प्रगतीचे मोठमोठे दावे ऐकूनही एक प्रश्न निर्माण होतो आणि तो म्हणजे, हे सगळं कशासाठी...? त्याचं प्रयोजन काय? डार्विनचा समकालीन असलेल्या वॉलेसनंही म्हटलं आहे, की गेल्या ५० वर्षांत वेगवेगळ्या शोधांनंतरही मानवजातीची नैतिक उंची एक इंचही वाढलेली नाही. टॉल्स्टायही असंच म्हणाला. ख्रिस्त, पैगंबर आणि गौतम बुद्धांनंही हीच गोष्ट सांगितली आहे. विकास आणि यंत्राला विरोध नाही, तर कुणी मानवाचं यंत्र अवमूल्यन, त्याची पिळवणूक करणार नाही अशी व्यवस्था यात अपेक्षित आहे.

पुन्हा चरखा. ...तर बापूजींचा हा चरखा म्हणजे काही काळाला मागं नेण्याचं चिन्ह नव्हता, तर तो स्वदेशी, स्वयंपूर्णता, स्वाभिमान याचं प्रतीक होता. आता त्याच्यावर बापूजींचा फोटो असो अथवा नसो, मूळ विचारावर काही परिणाम होत नाही. माणूस चित्रातून बाजूला करता येतो; पण मूळ विचारातून आणि चित्र सुंदर साकारणाऱ्या रंगातून कसा बाजूला करता येईल...? व्यवस्था कॅशलेस किंवा नोटलेस (नोटेवर बापूंचा फोटो आहे) केली तरी बापूजींचा फलक बोलायचं काही बंद करणार नाही. ते ऐकण्यासाठी आजही रोज फाटके-तुटके शेकडो लोक आश्रमात येतात. तिथल्या भिंतींना कान लावून बापूजींचा आवाज ऐकण्याचा प्रयत्न करतात. मीही तसाच; पण अयशस्वी प्रयत्न केला.

आश्रमातून बाहेर पडलो पण 'पागल दौड' म्हणजे वेड्यांची शर्यत हा फलक काही नजरेसमोरून जात नव्हता. सारं जगच या शर्यतीत सामील झाल्यासारखं वाटायला लागलं किंवा व्यवस्था त्यांना पळायला भाग पाडते. किती असतील वेडे? एक-दोन-कोटी- शंभर कोटी... ज्यांची तृष्णा शिखरासारखी उंच आणि नैतिकता, मूल्ये जमिनीवर सरपटणारी... पाय नसलेली... गरजेपेक्षा अधिक मिळवण्यासाठी माणूस धावू लागतो आणि धावता धावता वेडा होतो... नको ती दुःखं त्याला चिकटतात. मग दुःखांची कारणे शोधण्यासाठी तो धावतो... मग दुःखमुक्तीसाठी धावतो... मग नसलेल्या स्वर्गाच्या वाटा पकडण्यासाठी धावतो... धाव-आणखी धाव- धावतच रहा असं त्याची त्याला तृष्णा सांगत राहते. तृष्णा भारी बलवान... ती कुणाला आणि कुठंही धावायला लावते. दुःखाचं कारण तृष्णेत आहे असं आर्यसत्य बुद्धांनं सांगितलं. पण ते आम्हाला समजलं आणि पचलंच कुठं... आपण धावण्यालाच प्रगती म्हणतो आणि चालण्याला अधोगती म्हणतो... धावायचं तर कशासाठी न संपणाऱ्या भौतिक सुखासाठी... ही भौतिकता ना कुणाला मोजता आली आणि तिनं कुणाचं कायमचं समाधान केलं... धावल्यानं सुख मिळतं, धावल्यानं उंची वाढते वगैरे गोष्टींना आपण जीवनवाद समजून बसलो... स्पर्धा करून तो पकडू लागलो. स्पर्धा गरजा वाढवते आणि त्या वाढल्या की पुन्हा धावायलाच लावते. त्या पकडायला लावते. एक गरज भागून ती मुठीत आली की, समोर आणखी गरजा तयार होतात. एकातून दुसरी, दुसरीतून तिसरी, तिसरीतून चौथी अशा भौतिक गरजा जन्म घेत असतात. आपण त्यांना सुख, समाधान, आनंद, मुक्ती वगैरे काय काय नाव देऊन बसतो आणि त्यांच्या गर्दीत स्वतः बेनाम होतो. मग पुन्हा ओळख शोधण्यासाठी धावायला लागतो. वेडे होतो. वेडे बनवले जातो किंवा वेडेपण स्वीकारून बसतो. का, किती, कुठे, कसं धावायचं हे वेड्यांना कळत नाहीय, पण त्यांचीच संख्या वाढल्यानं ते या शर्यतीलाच जीवन असं नाव देऊन बसतात. समाधानाची व्याख्याही गमावून बसतात. पागल दौड! वेड्यांची शर्यत!! किती तरी वेळ मी या शब्दांत अडकलो होतो. स्वतःला

सारखा तपासत होतो. पायाखालचा बिंदू धावायला लागून तोही वेड्यांच्या शर्यतीत तर जाणार नाही ना, याचाही विचार करत होतो.

गांधीबाबांचा असा विचार करत असतानाच त्यांच्या नातवानं म्हणजे तुषार गांधी यांनी लिहिलेल्या 'लेट्स किल गांधी' या ग्रंथाच्या मलपृष्ठावरील मजकूर समोर आला. अल्जानॉन सी. स्विनबर्न यांचा हा मजकूर आहे आणि तो 'सुपर फ्ल्युमिना बॅबीलॉनीज' या ग्रंथातून घेतला आहे. तो असा :

अशी व्यक्ती कधीच मरत नाही. ती जगते. ती उठते तिच्यासमोर मृत्यूच मरतो, तर ती व्यक्ती नाही.

प्रत्येकाच्या वाट्याला छोटी-मोठी कामं असतात. नशिबानंच ती त्याला दिलेली असतात.

पण जो वैश्विक जिणं जगतो आणि वैयक्तिक जीवनाचा त्याग करतो, तो मृत्यूनंतरही जिवंतच राहतो.

विचित्र जगाचं अवजड ओझं जो स्वतःच्या पाठीवर घेतो... आणि वाहूनही नेतो.

ती दुःखही जो आनंदानं भोगतो, तो जरी माणसाचं नशीब भोगत असला तरी तो कसा बरं मरेल ?

मृत्यूचा त्याच्याशी काही संबंध नसतो. त्याची सत्ता त्यावर चालत नाही हे दिसल्यावर त्यानं मृत्यूनंतरच्या अनंत काळाला एक छोट्याशा तासातच बंदिस्त केलं... आणि त्याला मृत्यू आलाच नाही.

तासभर शोधाशोध केल्यावरही तो सापडला नाही. एका तासाच्या कालावधीतही!

मग आता त्याच्यावर नजर रोखा

आणि त्याचा मृत्यूहीन चेहरा पाहा

सर्व माणसांच्या डोळ्यांतून वाहणाऱ्या

आणि स्मृतिगंधानं दरवळणाऱ्या वसंत वाऱ्यातून

भूतकाळातील प्रत्येक गोष्टीला

त्याच्या आयुष्याच्या तेजानंच व्यापल्याचं दिसतं. मग तिथं... फक्त मृत्यूचाच मृत्यू होतो!

१९ फेब्रुवारी २०१७

■ ■ ■

जळती हे जन। न देखवे डोळा।

कधी कधी तरी अतिशय अचानकपणे, आकस्मिकपणे नेणिवेतून एखादी गोष्ट समोर येते. म्हणजे आठवते. ती आठवायला काही कारण नसतं; पण सहजपणे लक्षात येते. क्षणभरात निघूनही जाते. त्यातल्या काही गोष्टी आपण पकडून ठेवण्याचा आणि प्रसंगी त्यांना पकडून मागं मागं म्हणजे त्या जिथून आल्या, तिथं पोहोचण्याचा प्रयत्न करतो. म्हणजे आपण आपलं रूपांतर इतिहासात करतो. इतिहास ज्याला चिकटून बसला असेल त्याला स्पर्श करून वर्तमानात येतो. यातून माझ्यासाठी तरी दोन गोष्टी चांगल्या होतात. एक म्हणजे, आपण क्षणात इतिहासात घुसतो आणि क्षणभरासाठी का होईना, पायाखालच्या वर्तमानाला पडलेल्या भेगाही विसरतो. असंच झालं... ३०-४० वर्षांपूर्वी कर्नाटकातल्या माझ्या एका मित्राच्या विधवा मावशीनं जाळून घेतलं होतं. खूप जळाली होती. खूप म्हणजे ७०-८० टक्क्यांच्या घरात. ती जगेल असं कुणालाच वाटत नव्हतं; पण ती जगली. खूप दिवस सरकारी दवाखान्यात राहिली. सुरुवातीला रोज तिला भेटण्यासाठी नातेवाइकांचा गोतावळा जायचा. बहुतेक जण जळीत रुग्णांसाठी असलेल्या कक्षाबाहेर थांबायचो. डॉक्टर, परिचारिकांशी बोलायचो. परत जायचा. आत जाऊन जळीतग्रस्त महिला पाहण्याची, तिच्याशी बोलण्याची इच्छा कुणाला असायची नाही. त्यासाठीची क्षमताही नसायची. जळून कुरूप झालेला माणूस उघड्या डोळ्यांनी पाहणं खूप अवघड असतं.अशा रुग्णांना जीव लावून उपचार करणाऱ्या डॉक्टरांचा मला खूप अभिमान वाटतो. कुरूपतेला भेदून सुरूपतेला बोलावण्याचा,तिचं रोपण करण्याचा प्रयत्न ते करत असतात.

...तर मी सांगत होतो, की अशा रुग्णांना भेटण्यास नातेवाईकही टाळाटाळ करतात. पुढं तिला कुणी भेटतच नाही. मावशीचं असंच झालं. एक दिवस ती दवाखान्यातून गायब झाली. नातेवाइकांनी खूप शोधाशोध केली. पोलिसांत वर्दी दिली. सार्वजनिक ठिकाणी तिच्या जुन्या छायाचित्राचा वापर करून जाहिराती चिकटवल्या; पण तिचा ठावठिकाणा काही लागला नाही. 'बरं झालं, कुरूपता आपोआप गेली. सुंठीवाचून खोकला गेला. नाहीतरी तिचं घरात आपण काय करणार होतो? छोटी मुलं-बाळं तिला पाहून घाबरली

"

असती!' असा विचार करणारा एक मतप्रवाह, तर दुसरा मतप्रवाह म्हणजे, 'कसं का असंना; पण आपलं माणूस होतं.' पहिल्यांदा काळाच्या जबड्यात तिचा पती गेला आणि आता तिची आकृती गेली. काळीकुट्ट बनली होती ती. पुढं पुढं तर तिची ओळखच लागायची नाही; पण ती जिवंत राहिली. मृत्यूच्या मानेवर बुक्की मारून तिनं त्याला परतवून लावलं होतं; पण तीही गायब झाली होती. म्हणावं तर वाईटच झालं, असं म्हणणारा एक वर्ग होता. मी मित्राला फोन केला. मावशीची विचारपूस केली; पण जुनंच उत्तर आलं : 'पत्ता नाही लागला तिचा.'

जळून वाचलेल्या माणसांचं म्हणजे स्त्री आणि पुरुषांचं काय होतं, असा एक प्रश्न निर्माण झाला. रोज आपल्या समाजात किती माणसं जळत असतील आणि मृत्यूशी झगडत वाचलेले; पण कुरूप झालेले काय करत असतील, असा प्रश्न होता. एक मोठा गुंता म्हणजे हा प्रश्न होता. त्वचारोपणाची संधी सगळ्यांनाच मिळत नाही. त्वचादान करण्यासाठीही लोक सहजपणे पुढं येत नाहीत. प्लास्टिक सर्जरीचा खर्च सगळ्यांनाच परवडत नाही. मग वाचलेले आणि कुरूप झालेले लोक काय करत असतील, हा प्रश्न होता. सविता मेहता नावाची एक माझी सहकारी होती. खूप अल्पकाळासाठी ती 'सकाळ'मध्ये होती; पण 'सकाळ' सोडल्यानंतर 'मी अशा कुरूप बनलेल्या किंवा बनवल्या गेलेल्या महिलांसाठी काम करणार,' असं म्हणाली होती. २५ वर्षांनंतर मला पुसटसं आठवत होतं. वर्ध्यात गेल्यानंतर तिची शोधाशोध केली; पण ती पुण्याला स्थायिक झाल्याचं कळलं. तिचा नंबर मिळवला आणि संपर्क साधला. तिनं या क्षेत्रात बऱ्यापैकी अभ्यास केला होता. सर्व्हे केले होते. विशेषज्ञांकडून काही माहिती जमवली होती; पण काही कारणानं ती दुसऱ्याच क्षेत्रात स्थिरावली; पण तरीही अपघातानं कुरूप बनलेलं जग तिला खुणावतच होतं. याच विषयासंबंधीची उत्सुकता पाहून तिनं मला खूप माहिती ई-मेल केली. त्वचातज्ज्ञ डॉ. घोडके यांच्याशी बोललो. या क्षेत्रात काम करणाऱ्या किंवा या क्षेत्रात उतरू पाहणाऱ्या काही संस्थांशीही बोलणं झालं. चक्रावून सोडणारी माहिती पुढं येऊ लागली. करकचून टाकणारं एक संख्याशास्त्रही पुढं येऊ लागलं. प्रवासात म्हणजे फिरस्तीत जिथं जाईन तिथं मी या विषयाची माहिती मिळवत होतो; पण एक लक्षात आलं, की देशपातळीवरची माहिती खूप मोठ्या गांभीर्यानं कुणी जमवली नव्हती. छोटी-मोठी कामं होत आहेत आणि हा विषयही ऐरणीवर येतो आहे, ही समाधानाची गोष्ट होती.

रेवा इथल्या वैद्यकीय महाविद्यालयानं जमवलेल्या माहितीनुसार, २००१ ते २०१६ पर्यंत दोन हजार ४९९ जळीत रुग्णांचा अभ्यास झाला. त्यात महिला ६६, तर पुरुष ३८ टक्के होते. हे सगळे २५ वर्षांच्या आसपास होते. आगीचा (म्हणजे स्टोव्ह किंवा गॅस) भडका उडून जळालेल्यांचं प्रमाण ८० टक्के होतं. आणखी स्पष्टच सांगायचं तर २८ टक्क्यांत स्टोव्ह, २७ टक्क्यांत रॉकेलचा दिवा, ४२ टक्क्यांत रसायनं, रॉकेलचे स्टोव्ह १० टक्क्यांत होते. अर्थात, हा सगळा अंदाज आहे. अशा घटनांमध्ये जास्तीत जास्त

शरीर जळणाऱ्यांमध्ये महिला अधिक आहेत. अभ्यासासाठी घेतलेल्या दोन हजार ४९९ रुग्णांत एक हजार ६६० म्हणजे ६६ टक्के महिला आहेत. त्यातही ग्रामीण भागातल्या ७१ टक्के आहेत. त्यातही जळालेल्या, जाळल्या गेलेल्या किंवा आग लावून घेण्यास भाग पडलेल्या ५४ टक्के महिला स्वतःच्या स्वयंपाकघरातच जखमी झालेल्या होत्या.

दरवर्षी भारतात अंदाजे ३५ लाख लोक जळतात. त्यातले तीन लाख मृत्युमुखी पडतात. जळणाऱ्यांची ही एकंदर संख्या पाहता ती चार छोट्या राष्ट्रांच्या लोकसंख्येइतकी भरते! आकड्यांचा खेळ वेगवेगळ्या प्रकारे कितीही खेळता येतो; पण निष्कर्ष मात्र तेच निघतात. जळीतग्रस्तांमध्ये सर्वाधिक संख्या आहे ती महिलांची. स्वयंपाकघरातच त्या बळी पडल्या. नोकऱ्या करणाऱ्या पाच टक्के आणि बाकीच्या घर सांभाळणाऱ्या आहेत. आगीनंतर दुसरा एक प्रवास सुरू असतो. तोही आगीप्रमाणेच होरपळवणारा असतो. बहुतेक प्रकरणं कोणत्या तरी कलहातून होतात. त्यातही मोठ्या प्रमाणात विवाहित स्त्री किंवा विवाहित पुरुषांच्या बाबतीत असतात. महिलेला थेट कुणीतरी जाळतं, या जळण्याला अपघात म्हणून सिद्ध करणं आणि अशा प्रकरणात बाई विरुद्ध बाई अशी एक कृत्रिम लढाई तयार करणं हेही घडत असतं. कुणाच्या तरी रागामुळं, कलहामुळं जळालेल्या महिला जेव्हा मृत्यूच्या दारात उभ्या राहून कायद्यापुढं जबाब देतात, तेव्हा त्या बहुतेक वेळा खोटंच बोलतात. 'आपल्या मरणानंतर आपल्या मुलांचं वाईट व्हायला नको. अजून कुणीतरी अशा चक्रात अडकायला नको,' या भावनेनं त्या स्वतःच स्वतःच्या मृत्यूची जबाबदारी स्वीकारतात. खूप कमी महिला आग खेळवणाऱ्यांचं नाव धीटपणे घेतात; पण बहुतेक प्रकरणांत आरोपी सुटतात किंवा मुळात ते सापडतच नाहीत.

जळितातून वाचणाऱ्यांचं प्रमाणही नवनव्या तंत्रज्ञानामुळं वाढत आहे; पण या सगळ्यांनी तोपर्यंत खूप मोठी किंमत चुकवलेली असते. बहुतेक जण कायमस्वरूपी कुरूप होतात. 'झटपट सुंदर बनवतो,' असा दावा करणारं कोणतंही मलम त्यांना उपयोगी पडत नाही. चेहरा दाखवण्याची सोय राहत नाही. कारण, तो पाहण्यासाठी कुणीच उत्सुक नसतं. जवळचे नातेवाईकही असे कुरूप चेहरे पाहून दूर जातात किंवा असे चेहरे आपल्या पर्यावरणात येणार नाहीत, याची काळजी घेतात. कुरूप चेहऱ्याची व्यक्ती एकाकी पडते. ज्यांच्यासाठी जगावं ते दूर जातात. स्वतःची मुलं-बाळंही अनेकदा शत्रुपक्षात शिरतात. माहेर तुटलेलं असतं. नवरा नव्यानं विवाहबद्ध होतो. जळाल्यानंतर त्वचेला जसा काळाकुट्ट, करपल्यानंतर व्यक्त होणारा रंग आलेला असतो, तसाच अगदी तसाच रंग, तिच्या समोरच्या वातावरणाला आलेला असतो. करपलेल्या वर्तमानाची काळीकुट्ट छाया भविष्यावर पडते. भूतकाळ सरकलेला असतो आणि उरलेल्या दोन काळांची पाठ काटेरी, विषारी झालेली असते. अशा स्थितीत मग बऱ्याच महिला (पुरुष अपवादात्मक) आपणच ज्याच्या थोबाडीत मारलं त्या मृत्यूची आळवणी करून त्याला बोलावतात. त्यानं गुडघ्यात मान घातली की त्या स्वतःच मृत्यूच्या जबड्यात उड्या मारतात. आत्महत्या करतात.

व्यवस्थेवरच्या तळहातावर लिहिलं गेलेलं स्वतःचं नाव स्वतःच पुसून टाकतात. अर्थात, या कृतीची नोंद घेतली जात नाही. त्यासाठी कुठं फोल्डर नाही किंवा ते उघडण्यासाठी कुठं पासवर्ड नाहीय.

प्रश्न एकच, तो म्हणजे जळीतग्रस्तांच्या पुनर्वसनासाठी कोणतीही ठोस योजना सरकारी दप्तरातून आलेली नाही. कुष्ठरोगी, क्षयरोगी, अपंग, अंध, विकलांग, एड्सग्रस्त यांच्यावर उपचार करण्यासाठी किंवा पुनर्वसनासाठी निदान दिखाऊ योजना तरी आहेत; पण जळीतग्रस्तांसाठी तसं काहीच नाहीय. सौंदर्याच्या वेगवेगळ्या व्याख्या आणि ते मोजण्यासाठी वेगवेगळ्या पट्ट्या तयार करणाऱ्या चंगळवादी व्यवस्थेत कुरूप माणूस आणि तोही आगीनं कुरूप केलेला माणूस स्वीकारण्याची मानसिकता नाही. महिलांच्या बाबतीत तर फारच कठीण. सुंदर महिला अनेकदा असुंदर पुरुषाशी लग्न करते. उदाहरणार्थ : गोरी काळ्याशी लग्न करते; पण गोरा काळी बायको पसंत करण्याची शक्यता अपवादात्मकच असते. माणसाची आकृती अनित्य असते; पण या अनित्यतेवर माणूस प्रेम करतो आणि नित्य असणाऱ्या मूल्याकडं पाठ फिरवतो. ही जगरहाटीच झाली आहे. जळीतग्रस्त महिला एकत्र येत नाहीत. आपलं गाऱ्हाणं ओरडून सांगत नाहीत. आपली संघटना करून समाज आणि शासनावर दबाव आणत नाहीत. हे सगळं करण्यासाठी आहे तो चेहरा घेऊन रस्त्यावर उतरावं लागतं आणि त्यासाठीची हिंमत त्यांनी गमावलेली असते. अर्थात, व्यवस्थाच त्याला कारणीभूत असते.

नांदेडमध्ये १९ फेब्रुवारीच्या सकाळी नाशिकला जाणाऱ्या तपोवन एक्स्प्रेसमध्ये बसत असताना एक तरुण धावत आला. एक पोस्टर रेल्वेच्या डब्यावर चिकटवून गेला. उत्सुकता म्हणून मी डब्यात चढता चढता खाली उतरलो. त्या पोस्टरवर एका पुरुषाचं भलंमोठं छायाचित्र होतं आणि त्यावर लिहिलं होतं 'हरवला आहे'! आणि मग तोच खाली नेहमीचा मजकूर : 'रागावणार नाही, परत ये... आई आजारी आहे, परत ये...' माझ्या मनात सहजच प्रश्न निर्माण झाला. *माझ्या मित्राच्या मावशीचं असं पोस्टर झालेलं होतं का...?* पोस्टर पाहून डब्यात चढलो, तर आत वॉश बेसिनच्या तळाशी अचानक आलेले दोन उंदीर पाहून दोन युवती (ज्यांनी स्वतःचा चेहरा जाणीवपूर्वक झाकून घेतलेला होता) 'चूहा आ गया' असं म्हणत धावतच आपलं आसन शोधत गेल्या. रेल्वेत बसता बसता हे सगळं जळीतांचं जग नजरेसमोर तरळू लागलं. अनेक जण भीक मागत फिरतात, हेही ऐकलं होतं. गाडी सुरू झाली. जगद्गुरू संत तुकाराम महाराज यांचा अभंग पुसटसा आठवू लागला, त्यात थोडा बदल केला : जळती हे जन। न देखवे डोळा। म्हणौनी कळवळा। येतो आम्हा ॥

२६ फेब्रुवारी २०१७

■ ■ ■

अभियंत्यांचा महापूर

गेल्या वर्षभरात तो मला चार वेळा तरी भेटला असेल. एकदा तर तो आईला सोबत घेऊन आला होता. संगणक अभियंता बनलेल्या या तरुणाला कुठंही आणि कसलीही नोकरी हवी होती. माझ्यासमोरच तो जन्माला आला होता. वाढला होता. पाठीला सॅक लावून शाळा-कॉलेजला जातानाही मी त्याला अनेकदा पाहिलं होतं. कॉलेज पूर्ण करून त्यानं पदवी संपादन केली तेव्हा तो पेढे घेऊनही आला होता. नंतर त्यानं नोकरी मिळवण्यासाठी शिकार सुरू केली. रोज कुठं ना कुठं मुलाखतीला जायचा. हताश होऊन फिरायचा. मग त्याच्या डोक्यात कुणीतरी भरवलं : 'एमपीएससी ऑपिअर होऊन एक चान्स घे!' पण ते काही त्याला जमलं नव्हतं. रोज कुठं कुठं तो फिरायचा. माझ्याच घरासमोरून जाताना तो अधूनमधून दिसायचा. कधी 'नमस्कार', कधी 'जय भीम', कधी 'हाय सर' म्हणत तो निघून जायचा. पुढं पुढं त्यानं तेही बंद केलं. प्रत्येक वेळी मी त्याला नोकरीविषयी विचारायचो. तो क्षीण आवाजात 'ट्राय करतोय सर', असं म्हणायचा. पुढं पुढं हे वाक्य त्याच्या ओठांऐवजी चेहऱ्यावर दिसू लागलं. मग मीही एक शहाणपणा बाळगायला सुरुवात केली. त्याचं दुःख वाढेल असा प्रश्नच विचारायचं बंद केलं. यामुळं त्याला आनंद वाटला असावा. मग पुढं आम्ही नजरानजरच करून बोलू लागलो. पुढं तो दिसायचा बंद झाला आणि एक दिवस निवडणुकीच्या काळात कोणत्या तरी उमेदवाराचं प्रचारपत्रक घेऊन गेटसमोर उभा राहिला. मी त्याला आत बोलावून झोपाळ्यावर बसायला सांगितलं. पाणी दिलं. त्याला बरं वाटलं असावं. तोच म्हणाला : "सर, टेम्पररी जॉब लागलाय. खरं म्हणजे दोन जॉब आहेत; पण १०-१५ दिवसांसाठीच. एक म्हणजे रोज १०० घरांत पत्रकं वाटायची. त्याचे ४०० रुपये दरदिवसा मिळणार आहेत आणि सायंकाळनंतर उमेदवाराची कॉम्प्युटर सिस्टिम चालवून प्रचार करायचा. त्याचेही ४०० रुपये मिळतात. रोज ८०० अर्न करतो. पुढचं पुढं बघू. मार्केट जॉब-फ्रेंडली नाहीय."

हा तरुण ज्या उमेदवाराचा प्रचार करत होता, तो क्राइम-लिस्टमध्ये ठळक जागेवर होता. मी तोही विषय काढला तर हा हसत म्हणाला : ''सर, आपल्याला त्याचं कॅरॅक्टर काय करायचंय? आपण आपला जॉब करायचा. बाय द वे, चांगलं कॅरॅक्टर बाळगणारे नोकरी देतातच असं नाहीय. कुठून देणार ते?''

बोलता बोलता त्यानं सहजच दारातल्या आंब्याच्या झाडाकडं बघितलं आणि ''तुमच्या झाडाला मोहोर कसा नाही?'' असा प्रश्न विचारला. मी हसत म्हणालो : ''तुला जशी नोकरी नाही, तसाच आंब्याच्या झाडालाही मोहोर नाही.'' तो एकदम गंभीर झाला. 'इंजिनिअरिंग फॅकल्टी खूप अडचणीत आलीय,' असं सांगत त्यानं दर वर्षी किती पोरं इंजिनिअर होतात, किती जॉबलेस राहतात, याविषयीही सविस्तर माहिती सांगितली. पुन्हा एकदा पाणी घेतलं. भरउन्हात त्याला १०० घरं पूर्ण करायची होती. तो निघाला.

त्याच्या पाठमोऱ्या आकृतीनं अनेक प्रश्न निर्माण केले होते. अभियांत्रिकी शाखेत बेकारी प्रचंड प्रमाणात निर्माण झाली आहे. खरंतर ही शाखाही अडचणीत आली आहे. आपलं व्यावसायिक शिक्षण लाटांवर चालतं. कधी शिक्षक, कधी डॉक्टर, कधी डीएड, बीएड, कधी हॉटेल मॅनेजमेंट, कधी अभियांत्रिकी अशी लाट येते. काही वर्षं टिकते. चिंचेच्या झाडाला लटकणाऱ्या गाभुळलेल्या चिंचेसारखी ती असते. या झाडाखाली थांबलं, की कोरडे ओठ ओले होतील, असं सगळ्यांनाच वाटतं. मग गर्दी होते. करिअरवाल्यांची गर्दी होते. शिक्षण

देणारी दुकानं आपला रेट वाढवतात. पोरं गोळा करतात. आमिषं दाखवतात. दुकान मस्त चालतं. उत्पादन वाढतं. मग कधीतरी लक्षात येतं, की या उत्पादनाला मार्केट नाहीय किंवा ते आक्रसलं आहे. कुठल्या तरी कॉलेजवर कोणत्या तरी कंपन्या जाणीवपूर्वक आणल्या जातात. कॅम्पस इंटरव्ह्यूचा शो होतो. दोन-चार जणांना नोकऱ्या लागतात. दुकानाचा शो पुढं सुरू राहतो. कॅम्पस इंटरव्ह्यूला पात्रच न ठरणारी अनेक कॉलेजं आहेत. ती कुठं आहेत आणि सरकारमान्य प्रमाणपत्र मिरवत कशी चालतात, हा एक प्रश्न असतो. सगळीच अनुदानित. विद्यार्थ्यांसाठी शैक्षणिक सवलती नसतात. शिकवणं चागलं नसतं. एकूणच व्यवस्थेची बोंब असते. अशा कॉलेजांमधून पदवी घेणाऱ्यांचे प्रश्न गंभीर बनतात. याचा

अर्थ गुणवत्तावान कॉलेज नाहीत असं नाही; पण ही पोरं तिथं पोहोचू शकत नाहीत.

अभियांत्रिकी महाविद्यालयांचं आजचं चित्र काय आहे, हे पाहणं महत्त्वाचं आहे. खूपच निराशाजनक चित्र आहे. सामान्य माणसाचा शिक्षणावरचा विश्वास उडावा, अशी स्थिती आहे. महाराष्ट्रात अभियांत्रिकीसाठी अंदाजे दीड लाख जागा आहेत. त्यांपैकी ५० हजार रिकाम्या आहेत. माय-बाप सरकारच्या नियमानुसार मंजूर कोट्याच्या २० टक्के जागा भरल्या गेल्या नाहीत तर कॉलेजची मान्यता रद्द होते. तसं घडू नये म्हणून या संस्था बिनपगारी शिक्षकांच्या हातात विद्यार्थी पकडण्यासाठी जाळी देतात. त्यांनी विद्यार्थी जमवले, की मग त्यांच्याही नोकऱ्या टिकून राहतात. जानेवारीपासून जाळी विणायला आणि मार्चपासून ती टाकायला सुरुवात होते. खोटी आमिषं दाखवून विद्यार्थी मिळवले जातात. बारावीचे विद्यार्थी, डिप्लोमाला असलेले विद्यार्थी यांची कुंडली अशा महाविद्यालयांकडं असते. काहीही करून विद्यार्थ्याला पास करण्याची गॅरंटी दिली जाते. अर्थात, ती देण्यात कॉलेजचा फायदा असतो. वरच्या वर्गासाठी त्यांना मुलं मिळतात आणि दुकान सुरू राहतं. काही अपवाद वगळता दुकानाप्रमाणे कॉलेज चालवणाऱ्या संस्थांची संख्या अधिक आहे. महाराष्ट्रात अंदाजे ३५० कॉलेजं आणि सामान्यतः दरडोई शुल्क ८० हजार रुपये असतं. मागासवर्गीयांचं शुल्क सरकारतर्फे संस्थांच्या तिजोरीत येतं. दीड लाख गुणिले ८० हजार गुणिले चार वर्ष, असं गणित करावं. त्यात डोनेशन मिसळावं. आकडा म्हणून दाखवावा. एवढं करूनही प्राध्यापकांना पत्रकावर एक पगार आणि हातात वेगळा पगार. अभियांत्रिकी विद्यार्थ्यांना प्रयोगशाळेची प्रचंड गरज असते. तिची वानवा असते. ग्रंथालयं नावापुरतीच असतात. प्रॅक्टिकलचा बट्ट्याबोळ असतो. अशा स्थितीत अभियंते तयार झाले तरीही त्यांच्या प्रमाणपत्राला गुणवत्तेचा गंध किती असेल, याचा विचार ज्यानं त्यानं करावा. मग अशी वेळ येते, की अभियंता गवंड्याच्या हाताखाली काम करतो. प्रसंगी मजूरअड्ड्यावर काम करतो. उमेदवाराची प्रचारपत्रकं वाटतो. 'एमपीएससी' ट्राय करतो. अनेकदा त्याच्या प्रमाणपत्रावर गुण असतात; पण निम्मे गुण उदार झालेल्या कॉलेजनं दिलेले असतात. ते दिले नाहीत तर वरच्या तुकडीवर म्हणजेच नफ्यावर परिणाम होतो. विद्यार्थ्यांनं वर्षासाठी भरलेले ८० हजार रुपये वाया जातात.

संस्था सहसा असं घडू देत नाहीत. साक्षरतेचा स्फोट घडवायचा आणि कुणालाच नापास करायचं नाही, असंच एक उदारमतवादी धोरण उदारीकरणात गेलेल्या सरकारनं आखलं आहे. सबब 'दहावी-बारावीत किंवा अभियांत्रिकीत नापास होणारा विद्यार्थी दाखवा आणि बक्षीस मिळवा,' अशी स्थिती आहे. बहुतेक वेळा पास होण्याचा आलेख उंच उंच जातो; पण गुणवत्तेचा आलेख खाली खाली येतो. पतंग भरकटतो. कुठंतरी लटकतो किंवा

खाली पडतो. परीक्षा ऑनलाइन केली तरी गुणवत्ता फारशी वाढत नाही. कारण, दुकानं चालवणाऱ्या अनेक कॉलेजांमध्ये विद्यार्थ्यांच्या नावानं प्राध्यापकच ऑनलाइन परीक्षा देतात. संस्था त्यांच्यावर दबाव टाकते. विद्यार्थी त्यांना पैसे देतात. विद्यार्थी पास झाल्यानं प्राध्यापकांच्या नोकऱ्या व संस्था टिकतात. व्यवस्था टिकवण्यासाठीचा हा ट्रिपल डोस असतो. इथं एक गोष्ट मला पुनःपुन्हा स्पष्ट करावी, असं वाटतंय व ती गोष्ट म्हणजे, १०० टक्के असं चित्र नाहीय; पण ते वाढतं आहे. सर्वत्रच असं झालं तर व्यवस्था कोसळेल. मात्र, ती टिकून आहे याचा अर्थ टेकू घेऊन कुणीतरी उभे आहेत.

स्पर्धेवर उभ्या असणाऱ्या जागतिकीकरणात, खासगीकरणात कुणालाही, कुठल्याही स्पर्धेत कधीही भाग घेता येतो. याला लोकशाहीत आपण 'हक्क', 'व्यक्तिस्वातंत्र्य' वगैरे म्हणतो. प्रश्न स्पर्धेत भाग घेण्याचा नाही तर तिथं टिकून राहण्यासाठी, यशस्वी होण्यासाठी आवश्यक ती पात्रता मिळविण्याचाही आहे. या पात्रतेचा अभाव असूनही अभियंत्यांचा महापूर येतो आणि स्वाभाविकच महापुरात संधींचा दुष्काळही तयार होतो. अभियंता होऊनही आपल्याच गाडीचं चाक आपल्याला का बदलता येत नाही, लॅपटॉपची बॅटरी का तपासता येत नाही, असे प्रश्न कुणी विचारत नाहीत. एकाच क्षेत्रातल्या एका अभियंत्याला प्रचंड पगार मिळतो आणि दुसरा प्रचारपत्रकं का वाटतो, असाही प्रश्न कुणी विचारत नाही. पदवी निदान खोटी का असेना; पण प्रतिष्ठा वाढवते; परंतु भाकरी खेचून आणण्याची ताकद तिच्यात नसते. पडेल ते काम करून आयुष्य घडवण्याची हिंमत तिच्यात नसते. किती काळ चालणार हे आणि बेकारांची फौज अखेर कुठं जाऊन धडकणार...? बेकार अभियंते आणि दोन-चार हजार रुपयांवर खासगी हॉस्पिटलमध्ये नोकऱ्या करणारे वेगवेगळ्या पॅथीचे डॉक्टर, प्राध्यापकांच्या नोकऱ्या बिनपगारी आदी घटक नेमके कशाचे परिणाम आहेत आणि सदासर्वकाळ कोण त्यांचं उत्पादन करत राहतं, या प्रश्नाला कधीतरी भिडायला हवं. त्याशिवाय 'इंडिया दौड रहा है' असं म्हणता येणार नाही. दौडणारे मूठभर असतील आणि रस्त्यावर चिंचेच्या झाडाखाली थांबून 'भाई, लिफ्ट देना' असे म्हणणारे खंडीभर असतील.

५ मार्च २०१७

■ ■ ■

बाराशे

काही गावं माणसांमुळं प्रसिद्ध होतात. काही माणसं गावामुळं ओळखली जातात. काही गावांची त्यांची त्यांची म्हणून वेगवेगळी वैशिष्ट्यं असतात. ती इतिहासातून, भूगोलातून, संस्कृतीतून किंवा देवा-धर्मातूनही तयार झालेली असतात. उदाहरणार्थ : सिन्नर तालुक्यात वडांगळी इथं जावयाची धिंड काढली जाते. जळगाव जिल्ह्यात प्लेग नावाच्या भयानक रोगाचं मंदिर आहे. असंच खोकल्याचं मंदिर सोलापुरात आहे. कुठं देवाला ब्रँडी दिली जाते. कुठं पीरबाबा भुतं उतरवत असतो, तर कुठं आणखी काहीतरी असतं. 'फिरस्ती'मध्ये ही सगळी गावं पाहता येतात. असं का घडलं असेल, असे प्रश्न तयार करून उत्तरंही शोधता येतात. खूप वर्षांपूर्वी 'सकाळ'मध्ये अशा वैशिष्ट्यपूर्ण गावांवर एक लेखमाला चालली होती. 'प्रथा अशी न्यारी' या नावानं... डॉ. नरेंद्र दाभोलकर यांनी त्याचं पुस्तकही प्रसिद्ध केलं होतं. आजही प्रदेशानुसार अनेक गावं वेगवेगळ्या वैशिष्ट्यांसाठी लौकिक पावली आहेत. मराठवाडा, विदर्भात संतांची अनेक गावं आहेत. नांदेडजवळ नरसी नामदेव हे नामदेवांचं जन्मस्थळ प्रसिद्ध आहे. शीख समाज या जन्मस्थळाचा विकास करतोय. पश्चिम महाराष्ट्रात काही गावं लष्करातल्या जवानांमुळं आणि शर्यतीच्या बैलांमुळं प्रसिद्ध आहेत. काही अंधश्रद्धांमुळं, तर काही शिक्षणात क्रांती केल्यामुळंही प्रसिद्ध आहेत. अनेक गावं प्राण्यांमुळं, पक्ष्यांमुळं प्रसिद्ध आहेत. मोरांमुळं मोरांच्या वाड्या जन्माला आल्या. सापामुळं बत्तीस शिराळा, घोड्यांच्या बाजारामुळं सारंगखेडा, येवला...अशी अनेक गावं सांगता येतील. शिरपूर इथं लग्नात नाचणारे घोडे प्रसिद्ध आहेत. कोणत्याही गाण्यावर ते नाचतात. बाजेवर नाचतात. स्टुलावर दोन पाय ठेवून नाचतात. वाघांचा संचार असलेली गावं, अस्वल-रानडुकरांचा संचार असलेली गावं आजही मोठ्या प्रमाणात पाहायला मिळतात. अशा अनेक गावांत मी जाऊन आलो आहे. भलेही ती राजकीय नकाशात दिसत नसतील; पण भूगोलात मात्र जरूर दिसतात.

परवा नाशिकपासून पंधराएक किलोमीटरवर असलेल्या विष्णुपंत गायखे यांच्या शेतावर गहू आणि हरभऱ्याच्या हुरडा पार्टीसाठी गेलो होतो. आता हे गायखे म्हणजे गायींना खाऊ घालून जगवणारे. आता त्यांच्याकडं गायी नाहीत; पण आडनाव गायखे पडलं. गावात गायींचे काही मालक आहेत. ते झाले गायधनी... तर हे गायखे आपली ८३ वर्षांची; पण अजूनही धडधाकट असलेली आई आणि भावांसोबत शेती करतात. याच गायखेंना डॉ. रावसाहेब कसबे यांनी आत्मचरित्र लिहायला सांगितलंय आणि त्यांनी त्याची तयारी चालवलीय. काही मुद्दे त्यांनी आम्हाला सांगितले. शेजारी त्यांची आई होती. हरभरा आणि गव्हाच्या लोंब्या तिनंच मस्तपैकी भाजल्या होत्या. गावठी गुळाचे दोन-चार खडेही नातवाकडून मागवले होते. गायखे मुद्दे वाचत असताना एक-दोन मुद्द्यांवर लक्ष खिळून राहिलं. एक म्हणजे अगदीच बालपणी कोणत्या तरी आजारानं ते 'मरण पावले' म्हणून त्यांच्या आईनं दारणा नदीकाठावर त्यांचा छोटा मृतदेह ठेवला होता; पण नंतर ते जिवंत झाले. मोठे झाले. त्यांनी सात वेळा ग्रामपंचायतीची निवडणूक जिंकली. गावकऱ्यांच्या मदतीनं गावात हायस्कूल, ग्रंथालय, पतसंस्था सुरू केली. पंढरीच्या वारीला नातेवाईक घेऊन जात नाहीत म्हणून त्यांनी लहानपणीच आत्महत्या करण्यासाठी डोहात उडी मारली होती. त्यातूनही त्यांना वाचवण्यात आलं. मग त्यांना रानात विशिष्ट वेळेला,

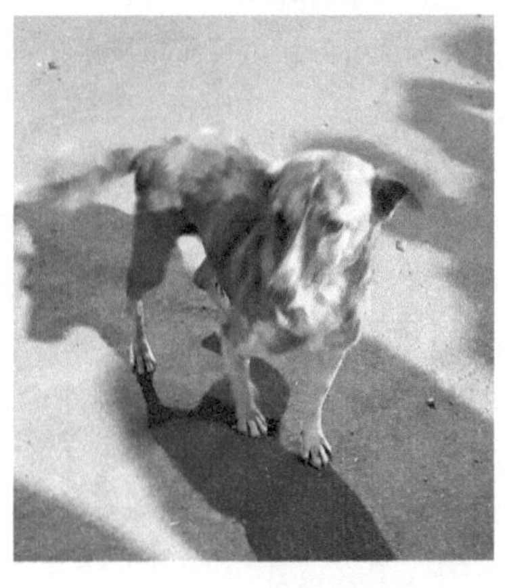

विशिष्ट वाटेवरून जाणारा अजगर बघण्याची सवय लागली. असे हे विष्णुपंत एक प्रकारे अवलिया वाटणारे, जग फिरून आलेले, मोठमोठ्या लेखकांचा सहवास लाभलेले आणि स्वतःची एक टिपिकल ओळख तयार करणारे आहेत.

बोलता बोलता ते म्हणाले : ''आमच्या गावात एक 'बाराशे' आहे. त्यावरही थोडं लिहायचं आहे.''

बाराशे या शब्दानं माझी उत्सुकता चाळवली. सहजच विचारलं तर ते म्हणाले : ''गावठी कुत्रा आहे. अडीच-तीन वर्षांचा.''

उत्सुकता आणखी चाळवली गेली. असा काय लागून गेला आहे तो कुत्रा, की तो गायखे यांच्या पळसे या गावाची, म्हणजेच पळशाची, ओळख होऊन बसलाय...? झालंच तर त्यांच्या आत्मचरित्रातही प्रवेश करू लागलाय?

गायखे हसतच म्हणाले : ''त्याचं काय आहे, की गेल्या दोन-तीन वर्षांपासून तो प्रत्येक अंत्ययात्रेबरोबर स्मशानात येतो. पिंडदानाच्या वेळीही येतो. काही कुठं मोठी धार्मिक कार्यं निघाली तरीही त्या वेळी तो हजर असतो.''

'त्यात काय एवढं? खायला मिळत असंल म्हणून येत असंल,' या माझ्या उत्तरावर त्यांचं प्रत्युत्तरही महत्त्वाचं होतं. ते म्हणाले, गावातलं कोणतंच कुत्रं एवढ्या वर्षांत स्मशानात आणि दहाव्याला कधी आलं नाही. पिंडदानाच्या वेळी अनेकदा कावळे सतावतात. रानमाळ कावळ्यांनी भरूनसुद्धा एक कावळा कुठं त्या वेळेला टपकत नाही. हा बाराश्या मात्र बिनबोलावता, न खुणावता हमखास येणार.''

गायखे या बाराश्याचं बरंच कौतुक करत होते. गावात अनेक वेळा गर्दी होते; पण बाराश्या तिथं दिसत नाही. अंत्यसंस्काराच्या वेळीच गर्दीबरोबर चालत राहतो. परततो. अन्य कोणतीच कुत्री असं करत नाहीत. बाराश्या एखाद्या प्रौढासारखा गर्दीबरोबर चालत राहतो. कधी भुंकत नाही, की कुणाचा चावा घेत नाही. चोरी करून अन्न मिळवत नाही.

गायखे सांगत होते ते खरं होतं; पण अशी कुत्री मीही अनेकदा बघितली होती. खेड्यापाड्यातले लोक गावातून खंडोबासाठी चालत निघाले, की त्यांची कुत्रीही मंगसुळीपर्यंत (कर्नाटकातलं खंडोबाचं एक ठिकाण) जायची आणि परत यायची. अशा कुत्र्यांचं नावही बहुतेक वेळा खंड्या असंच असतं. सोबतची माणसं रात्री प्रवासात वाट चुकली, की हा खंड्या वाट दाखवतो, थेट खंडोबापर्यंत पोहोचवतो, असा समज आणि गैरसमज. बिरोबाच्या यात्रेला यात्रेकरूंबरोबर चालत जाणारीही कुत्री आहेत. एवढंच काय, नाशिकमध्ये गंगापूर रोडला नाना-नानी पार्कमध्ये, त्र्यंबकेश्वरला संत निवृत्तिनाथांच्या यात्रेसाठी जाणाऱ्या दिंडीला हेमंत पाठक अन्नदान करतात. (पूर्वी शशिकांत जगताप करायचे. त्याच्यापूर्वी आणखी कुणी जाधव होते). या दिंडीबरोबरही एक कुत्रा येतो. पार त्र्यंबकेश्वरपर्यंत दिंडीबरोबर जातो. पुन्हा गावी परततो. पुन्हा दुसऱ्या वर्षी दिंडीत हजर. हा एकमेव कुत्रा असा आहे, की जो दिंड्या करतो. बुक्क्यांं तो माखलेला असतो.

...तर हा बाराशे. त्याच्या नावाची एक अशीच चित्तरकथा आहे. कोणत्या तरी कारणामुळं तो वाहनाखाली सापडला. जखमी झाला. आजारी पडला. गावातल्या एका तरुणानं त्याच्यावर औषधोपचार करायचं ठरवलं. स्वतःचे पैसे गुंतवले. थोडीफार वर्गणी काढली. कुत्र्यावर उपचार केले. त्याचा मागचा एक पाय अजूनही अधूच आहे; पण तो बऱ्यापैकी चालतोय, धावतोय, अंत्ययात्राही करतोय. गावठी कुत्र्यांना काही नावं असत नाहीत. त्यांचा सात-बारा असत नाही. माणसाचा पहिला मित्रप्राणी म्हणजे कुत्रा; पण गावात तो भटकत जगू लागला, की 'गावठी' हेच नाव त्याला मिळतं. जखमी कुत्र्यावर औषधोपचारांसाठी थोडेथोडके नव्हे, तर तब्बल बाराशे रुपये खर्च झाले होते.

कुत्रा जगवल्याचा आणि बक्कळ पैसा खर्च केल्याचा अभिमान उपचार करणाऱ्या तरुणाला होता. मोठ्या आनंदानं त्यानं कुत्र्याला नाव ठेवलं बाराश्या म्हणजे बाराशे... पुढं काही दिवसांनी उपचारकर्ता मरण पावला. त्याच्या अंत्ययात्रेलाही बाराश्या गेला होता, असं म्हणतात.

बाराश्याला थेट पाहण्याची माझीही उत्सुकता वाढली. गावात फिरत तिथल्या तरुणाच्या मदतीनं त्याला शोधलंच. एका दुकानाजवळ तो बसला होता. त्याचा फोटो काढला. कुणीतरी त्याच्यासमोर बिस्किटाचा पुडा उलटा केला. त्यातलं एक घेऊन तो चालू लागला. एव्हाना गर्दी वाढली होती. मोबाईलमधून कॅमेऱ्याचे फ्लॅश पडत होते. बाराश्या बावचळला नाही. घाबरला नाही. गर्दीकडं दुर्लक्ष करून तो मोठ्या आत्मविश्वासानं चालू लागला. कुठं जाणार होता, कुठं बसणार होता कळत नव्हतं... एक मात्र खरं, की वेगवेगळ्या कारणांमुळं प्रसिद्ध असलेल्या पळशाला तोही चिकटला होता. प्रगतशील शेतकऱ्यांचं गाव, 'भारत ज्ञानविज्ञाना'ची चळवळ चालवणारं गाव, माजी पंतप्रधान राजीव गांधींना भेटण्यासाठी जाणारं गाव, युरोपला जाऊन येणारं गाव, छत्रपती शिवाजी महाराजांच्या पराक्रमाचा जागर करणारं गाव, नाशिक-पुणे महामार्गासाठी आपल्या शरीराचा एकेक तुकडा देणारं गाव, महानगराच्या कुशीत असूनही आपलं गावपण टिकवणारं गाव आता बाराश्याबरोबरही जोडलं गेलं आहे... दोघांचा जणू सहप्रवास सुरू आहे...

१२ मार्च २०१७

■ ■ ■

गाढवांनी कचरा टाकू नये!

कचर्‍याचा ढीग हाच 'नायक' असलेली 'शेवटून आला माणूस' ('सकाळ' प्रकाशन) ही कादंबरी लिहिल्यानंतर तसं माझंही कचर्‍याकडं दुर्लक्षच झालं होतं; पण शेवटी कचरा आणि त्याच्या निर्मूलनासाठी मोदी सरकारनं हाती घेतलेला राष्ट्रीय स्वच्छता कार्यक्रम आठवला तो टू व्हीलरच्या एका सर्व्हिस सेंटरमध्ये. ऑक्सिलरेटरची साडेतीनशे रुपयांची वायर टाकल्यावर खर्च आला तो पाचशेच्या घरात. त्यात लेबर शंभर रुपयांच्या आसपास. 'एवढा खर्च कसा काय?' असं कुणी विचारत नाही... उदाहरणार्थ : 'ताज हॉटेलमध्ये चहाचा कप पाचशे रुपये का?' असो. एका अर्थानं हे सर्व्हिस सेंटर वाहन विकत घेतल्यापासून ते मोडीत निघेपर्यंत असं पिळवणूक करत असतं आणि 'सेवा' असं एक सुंदर नाव त्याला देत असतं. नवा उच्च ग्राहकवर्ग सेवेचा भुकेला असतो आणि हे सेंटर ती भूक भागवत असतं. असो. ...तर बिल भागवत असताना आणखी एक गोष्ट लक्षात आली आणि ती म्हणजे, त्यात अन्य तगड्या करांबरोबरच 'स्वच्छ भारत अभियाना'च्या नावानं सुरू झालेलाही एक कर होता. स्वच्छता ही किंमत चुकवून स्वीकारायची गोष्ट असते, हे करदात्यांच्या मनावर बिंबवलं जात होतं. एवढं करूनही लोकांची मानसिकता तयार होईल, याची खात्री नाही. स्वच्छतेसाठीची किंमत चुकवू शकेल असा खूप कमी वर्ग आपल्याकडं आहे आणि दिवसाकाठी तीस-चाळीस रुपयेच मिळवून जगणारे ऐंशी कोटी लोक आहेत. अर्थातच, त्यांच्या अर्थसंकल्पात स्वच्छतेऐवजी जगण्याला प्राधान्य असतं. त्याचा परिणाम म्हणजे, शहरात पावलापावलावर उभी राहिलेली मल्टिनॅशनल असलेली स्वच्छतांकेंद्रं अजून त्यांना दिसत नाहीत. त्यात प्रवेश करण्यासाठीही खिशात पैसा असावा लागतो. लघुशंकेसाठी दोन रुपये देणं शहरातल्या गरीबवर्गाला परवडत नाही किंवा त्याची मानसिकता त्यासाठी तयार होत नाही. लघुशंकेसाठी रोज पाच-सहा रुपये ही गोष्ट त्या वर्गाला पटत नाही. स्वच्छता हीसुद्धा एक महाकाय इंडस्ट्री आहे, हेही या वर्गाच्या लक्षात येत नाही. शिर्डीत जगातलं सगळ्यात मोठं टॉयलेट कॉम्प्लेक्स आहे. रोज पंधरा ते पंचवीस लाखांचा गल्ला तिथं जमत असावा. माणसाला स्वच्छताप्रिय बनवणं, आधुनिक बनवणं यासाठी घोषणा जशा

आवश्यक असतात तशी गुंतवणूकही आवश्यक असते. अतिरिक्त कर ही त्याची सुरुवात असावी.

...तर कचरा गांभीर्यानं आठवण्याचं कारण म्हणजे नाशिकमधला दिल्ली दरवाजा होय. दहीपुलाच्या एका बाजूला मोठ्या इमारतीवर या दरवाजाच्या नावाचा फलक आहे. दिल्लीकर या बाजूनं आत घुसायचे म्हणून हा झाला दिल्ली दरवाजा. या दरवाजापर्यंत येण्यासाठी आणखी एक चौक ओलांडावा लागत असे. त्याचं नाव भडक चौक. अर्थात, तो तसा तर दीड-दोन किलोमीटरवर आहे. दिल्ली दरवाजाजवळच्या इमारतीवर कोपऱ्यात कचऱ्याच्या ढिगाला लागून असलेल्या भिंतीवर 'कचरा टाकू नये!' असा मजकूर नेहमीच लिहिलेला असे. याच इमारतीत 'लोकमान्य टिळक संचालित प्राथमिक शाळा' आहे. ही खूप जुनी शाळा आचके-उचके घेत आहे. महापालिकेच्या दृष्टीनं हा बालाजीकोट आहे; पण सध्या केवळ बोर्ड दिसतो. कोटाचं काय झालं ठाऊक नाहीय. 'कचरा टाकू नये', अशी सूचना मी स्वतः पंचवीस वर्षांपासून पाहतोय. अवतारसिंग यांच्या दुकानात बसूनही ती सहज वाचता येते. पुढं सूचना बदलत गेली. अधिक आक्रमक होत गेली. तिच्यात विनंतीवजा मजकूरही खूप येऊ लागला. उदाहरणार्थ : विनंती, नम्र विनंती आणि कळकळीची विनंती वगैरे. या सूचनेला साक्षी ठेवून इथं स्वच्छ भारत अभियान झालं. अजून काहीतरी झालं. कुंभमेळ्याच्या मिरवणुका निघाल्या. पुढाऱ्यांचे दौरे झाले. नगरसेवकांनीही स्वच्छतेचं आश्वासन दिलं; पण हा कोपरा सगळ्यांना पुरून उरला. कोणत्याही विनंतीला न जुमानता तो वाढतच राहिला. विशेष म्हणजे, या ढिगाला जन्मास घालणारे कुणी बाहेरून येत नाहीत. बाहेरून म्हणजे 'मनसे'च्या भाषेत यूपी, बिहारी (आता हे शब्द जातिवाचक बनले आहेत) म्हणजेच अमराठी वगैरे. कोपऱ्याच्या आसपास राहणारेच हा ढीग तयार करतात. कचरा टाकण्यासाठी त्यांच्याकडं वेगवेगळ्या युक्त्या आहेत. लपत-छपत कचरा टाक, उघडपणे कचरा टाक, बाइकवरून, स्कूटीवरून शायनिंग मारत कचरा टाक, छोट्या पोरांमार्फत कचरा टाक, मोलकरणीला चहा देऊन कचरा टाक... मोजता येणार नाहीत एवढ्या या युक्त्या आहेत. 'कचरा टाकू नये,' अशी सूचना अगदी कचऱ्याच्या ढिगाला लागूनच आहे. कचरा टाकणारे ती वाचत नसतील असं नाही. शहर साक्षर आहे. सगळेच जण सूचना वाचत असतील. कदाचित स्वच्छ शहराचा संकल्पही मनात करत असतील; पण संकल्प आणि सिद्धी यांची गळाभेट कधी झालेली दिसत नाही. मग मजकुरातली भाषा थोडी आक्रमक झाली. 'कचरा टाकणाऱ्यांवर कारवाई होईल', मग 'हुकूमावरून', मग 'दंड होईल', मग 'कचरा टाकणारे नालायक', मग 'कचरा टाकणारे मूर्ख'... असा प्रवास करत गेल्या वर्षभरापासून एक वाक्य अधूनमधून वळणदार अक्षरांत लिहिलं जातं : 'कृपया, गाढवांनी कचरा टाकू नये!' ...तर असा हा प्रवास आहे. थोडक्यात, एक सुप्त संघर्ष सुरू आहे. अनेक वर्षांपासून सुरू असलेल्या या

संघर्षात कचरा टाकणारे विजयी होतात आणि विनंत्या करणारे जणू काही पराभूत होतात. माणसापासून गाढवापर्यंत एक भली मोठी उडी घेऊनही कचरा हटत नाहीय. काय कारण असावं? कचरा कुठं जन्माला येत असेल आणि इथंपर्यंत का पोहोचत असेल? खरंच लोकांना मुद्दामहून कचऱ्याचा ढीग वाढवायचा आहे, की आपल्या घराच्या जवळपास त्याची विल्हेवाट लावण्याची सोयच नसेल? घंटागाड्या गैरवेळेत येत असतील, की वेळेत येणाऱ्या गाड्या लोक चुकवत असतील? आपण आता कर भरतच आहोत, तर कचरा फेकण्याचा अधिकारही आपल्याला लाभला आहे, या गैरसमजातही ते असतील. अनेक प्रश्नांच्या ढिगाऱ्यांवर हा कचरा झळकतोय. तो टाकणारे आणि त्याला विरोध करणारे दोहोंपैकी कुणीच अद्याप हरलेलं दिसत नाहीय.

असाच एक दिवस अवतारसिंग यांच्या दुकानातून हा कचरा पाहत होतो. चांगल्या वेशभूषेतला एक प्रौढ माणूस कचऱ्यानं भरलेली प्लास्टिकची पिशवी घेऊन आला. त्यानंही ते वाक्य वाचलं. इथं 'कृपया, गाढवांनी कचरा टाकू नये!' या वाक्यात शिवी, उपरोध, विनंती सगळं काही आहे. मग त्या माणसानं हातातली कचऱ्याची पिशवी फेकली. स्मित करत तो माघारी वळला. ते वाक्य वाचल्यानंतर त्याला वाटलं असावं, की हे वाक्य आपल्यासाठी नाहीय, गाढवांसाठी आहे आणि आपण तर गाढव नाही आहोत...अजूनही काहीतरी वाटलं असावं. आम्ही कचरा टाकायचा कुठं, हाही प्रश्न त्यानं मनातल्या मनात निर्माण केला असावा, असं त्याच्या बॉडी लँग्वेजवरून वाटत होतं. खूप दिवसांपूर्वी कचऱ्याला आळा घालण्यासाठी तो फेकला जाणाऱ्या संभाव्य ठिकाणी देवदेवतांची वचनं लिहिली जात. देवदेवतांची चित्रं लावली जात. मात्र, कचरा या सगळ्यांना दाद देत नव्हता. आता गाढवांची मदत घेण्यात आली आहे. कचरा टाकणाऱ्यांना गाढव म्हटल्यावर तरी कचरा टाकायला त्यांना संकोच वाटेल, असं सूचना लिहिणाऱ्यांना वाटत असावं; पण खरंतर गाढवं कधीच कचरा तयार करत नाहीत. ते तो फेकतही नाहीत. कचरा खाऊन, उकिरडे साफ करून ती जगत असतात. कचरा फेकणाऱ्यांना थोडी तरी लाज वाटेल या हेतूनं नवं लेखन केलं गेलं असावं. प्रत्यक्षात कचरा म्हणजे अस्वच्छता. अस्वच्छता ही कधी कधी एक वृत्ती बनते. ती स्वतःच स्वतःचं रक्षण करण्यासाठी वेगवेगळी कारणं शोधत राहते. बेजबाबदार वागते. आपण साठवत असलेल्या, आपण फेकत असलेल्या कचऱ्याचा उपसर्ग आपल्याप्रमाणेच सगळ्यांनाच होतो, हेही वृत्ती समजून घेत नाही. ही वृत्ती नदीला म्हणजे आमच्या गोदावरीला देवीही मानते आणि पुलावरून तिच्यात कचराही फेकते. हात जोडून निघून जाते. आता या वृत्तीचं काय करायचं? कर लादून, फलक लावून, गांधीबाबांचं आणि मोदीबाबांचं भाषण ऐकून ती सुधारेल की आणखी काय करावं लागेल? असं म्हणतात की कोणताही कचरा पहिल्यांदा मनात तयार होतो. हे खरं असेल तर तिथं पोहोचण्यासाठी काय करायचं?

१९ मार्च २०१७

■ ■ ■

कुठं गेले कावळे?

तिथीनुसार येणाऱ्या शिवजयंतीच्या दिवशी आपल्या बाईकला एक मोठा भगवा फडकवतच
तो आला. महापालिकेत नोकरीत असलेला हा प्रौढ मित्र तसा अधूनमधून येतो. त्याच्या
त्याच्या वेळापत्रकानुसार येत असतो. बहुतेक वेळा खासगीकरणाचा विषय चर्चेत असतो.
आरोग्य, बागा सगळ्या सगळ्याचं खासगीकरण होतंय, याचं त्याला वाईट वाटतंय.
कंत्राटी पद्धत वाईट आहे, असंही त्याला वाटतंय; पण आता ते स्वीकारल्याशिवाय
पर्याय काय, असा एक हताश प्रश्न तो स्वतःच उपस्थित करतो. पश्चिम महाराष्ट्रातून तो
इथं आलाय. बऱ्याच वर्षांपूर्वी तिथून आलेल्या काही मंडळींनी एकत्र येऊन 'सह्याद्री,
सांकोसा' (सांगली-कोल्हापूर-सातारा) अशी एक संस्थाही स्थापन केली होती. ...तर या
वेळी पाणी पीत पीतच तो म्हणाला : ''आयला, या कावळ्यांचं काहीतरी करायला पाहिजे.
सगळीकडंच ते प्रॉब्लेम करताहेत. आमच्याकडं म्हणजे गावाकडं आणि इथंही.''

आश्चर्य व्यक्त करत मी म्हणालो, ''कोणत्या कावळ्यांचं? आणि अचानक हे
कावळे कुठून आले?''

तो : ''कोणत्या म्हणजे? घाटावरच्या. आयला, तीन तास लावले पिंडाला
शिवायला. आज शिवजयंती; पण तिथीची असल्यानं सुटी नाही. लवकर येईन असं
वाटलं होतं; पण तिथंच बारा वाजले. ऑफिसात जाऊन रजाच टाकून आलो. कावळ्यानं
रजा खाऊन टाकली. बेकार काम झालं.''

मी : ''कुणाचा पिंड आणि कुठला कावळा?''

तो : ''आता कुणाचा काय? एका नातेवाइकाचा! पिंडाजवळ खायचे पदार्थ किती
ठेवले होते म्हणून सांगू...अगदी नातवानं आजोबालाही पिझ्झा आणि बर्गर खायची सवय
लावली होती, म्हणून तोही ठेवला. तांबडा-पांढरा रस्सा तर होताच. लायटरसह सिगारेटचं
पाकीट होतं. पण सर, सांगू का, कावळा काय दादच देत नव्हता!''

मी म्हणालो : ''मला कुणीतरी सांगितलंय की झाडी तुटल्यामुळं घाटावरचे कावळे

कमी झाले आहेत. अगदी दोन-तीनच उरले आहेत.''

तो : ''म्हणजे आता त्यांची 'एकाधिकारशाही' झालीय म्हणा की!''

मी : ''तसं नाहीय. एवढे सगळे पिंड मांडले जातात. कंटाळा करत असतील कावळे.''

तो : ''पंचवीस वर्षांपूर्वी मी नाशिकमध्ये आलो तेव्हा असं काही नव्हतं. कावळे चटकन यायचे. लवकर सुटका व्हायची. आता तसं नाही राहिलं. 'दरबा'चा कावळा करण्यावर सगळ्यांनी जोर दिलाय. दोन-दोन, तीन-तीन तास उभं राहून पाय दुखतात. टाइमटेबल कोलॅप्स होतं. आता माझंच बघा ना, सीएल टाकावी लागली. काहीतरी मार्ग काढावा लागेल.''

मी : ''काय काढणार?''

तो : ''निघेल म्हणा...आता नव्या दुनियेत एवढं सगळं घडतं...हार्ट बदलत्यात... टेस्टट्यूब येतेय...माणूस चंद्रावर जातोय. इथंही घडंलच काही तरी...''

मी : ''विज्ञान आणि अध्यात्म वेगळं असतं.''

तो : ''तसं काय नाही. पूर्वीही होतंच की विज्ञान. मला वाटतं, काही जण कावळे पाळून त्यांना ट्रेंड करतील. पिंडाला शिवायला शिकवतील. त्याचे पैसे घेतील.''

यावर मी हसतच म्हणालो : ''तुम्ही का नाही कावळ्याचा व्यवसाय करत?''

तो म्हणाला : ''कसा काय करणार? लोकांना अजून ओरिजिनल लागतं...म्हणजे कावळा पाळलेला नको, घाटावर फिरणाराच लागतो.''

कावळ्याची चर्चा कधीच संपणारी नसते. पृथ्वीवर माणसाच्या जवळपास सगळ्यात प्रथम येणाऱ्या कावळ्याविषयीची चर्चा आणि त्याबाबतच्या कल्पना कधीच संपत नसतात. थोडा वेळ थांबून तो निघाला; पण पुटपुटतच...'काहीतरी मार्ग काढला पाहिजे आणि काहीतरी मार्ग...'

चर्चा संपल्यानंतर मला अलीकडंच आलेला सनी नावाच्या एका खेड्यात राहणाऱ्या तरुणाचा ई-मेल आठवला. तो एका खेड्यात राहतोय. कविताही लिहितोय. त्याच्या चुलत्याचं निधन झालं आणि त्या वेळीही त्याला 'काकपराक्रम' पाहता आला. बराच वेळ कावळे येत नव्हते. नातेवाईक मयताला स्मरून आणाभाका घेत होते; पण कावळा

काही येत नव्हता. शेवटी स्मशानाच्या गंजक्या छतावर तीन कावळे एकदम आले, तेव्हा सनीनं मोठ्या भावाला प्रश्न केला : 'दादा, यातला आपला चुलता कोणता? कडंचा की मधला?'

दादाला हा प्रश्न आवडला नाही. त्यांनं सनीला तोंड बंद ठेवायला सांगितलं, तरीही त्यांनं एक प्रश्न विचारलाच : 'ज्या प्रदेशात कावळेच नसतील तिथं मयत झालेले लोक कोणत्या रूपात अवतरत असतील?'

यावरही 'तोंड बंद ठेव,' असंच उत्तर सनीला ऐकावं लागलं.

एक खरंच, की ढासळत्या पर्यावरणामुळं कावळे कमी होऊ लागले आहेत. त्यांची निवासस्थानं संपू लागली आहेत. टीव्हीच्या अँटेनावर घरटं बांधणारे काही कावळे आहेत, हे खरंच; पण ते स्मशानात, घाटावर जात नाहीत. घाटावर फिरणारे कावळे जणू काही 'पिंड-स्पेशालिस्ट' असल्यासारखे जगतात.

कावळा कधी पिंडाला शिवून जाईल, पुढं काय होईल, दर्भाच्या गवतानंतर पुढं काय होईल, असे अनेक प्रश्न मृत्यूनंतरच्या जीवनात उभे राहतात. उत्तरं वेगवेगळी असतात. कोसळणाऱ्या पर्यावरणातूनही काही उत्तरं जन्माला येतील.

प्रसिद्ध इतिहास-संशोधक डी. डी. कोसंबी यांनी 'भारतीय इतिहासाचा अभ्यास' (An introduction to the study of Indian History) या आपल्या ग्रंथात म्हटलं आहे : 'भारत असा देश आहे, की जिथं अणुयुगातील आणि ताम्रयुगातील (Chalcolithic) लोक खांद्याला खांदा भिडवून उभे आहेत.'

कोसंबींनी केलेलं वर्णन अनेक ठिकाणी दिसतं. गायत्रीमंत्र म्हणणाऱ्याच्या डोक्यात पिनकोड, पासवर्ड सगळं काही असतं. विवाह, जन्मकाळ आणि मृत्युसंस्काराच्या वेळी तीन-चार हजार वर्षांपूर्वी असलेल्या प्रथा आजही पाळणारे लोक आहेत. त्यात एक कावळा... तो लोकांच्या श्रद्धेतून किंवा अंधश्रद्धेतून तयार झाला. वर्षानुवर्ष घाटावर टिकून राहिला. निसर्गबदलाच्या फटकाऱ्याचा धोका त्यालाही निर्माण झाला आहे. त्यातूनच प्रश्न तयार होतोय, 'कुठं गेले कावळे?' या प्रश्नाचं उत्तर काहीही असू शकतं. कारण, कावळ्याकडं पाठ फिरवणारेही वाढत आहेत, जुना काळ आपल्या मुठीत पकडून जगणारेही आहेत.

२६ मार्च २०१७

■ ■ ■

बोर्ड हॉल आणि देवा

काही सन्माननीय अपवाद वगळता अलीकडं नाशिकमधल्या यशवंतराव चव्हाण महाराष्ट्र मुक्त विद्यापीठाला पूर्ण वेळ कुलगुरू लाभलेला नाही. काहीतरी घडतं आणि कुलगुरूंचं पद रिकाम होतं. अगदी अलीकडंच या विद्यापीठाला डॉ. ई. वायुनंदन हे नवे कुलगुरू लाभले आहेत. डॉ. सुनीलकुमार लवटे, नागार्जुन वाडेकर (हे विद्यापीठातच प्राध्यापक आहेत) यांच्यासह त्यांची सदिच्छा भेट घेण्यासाठी त्यांच्या दालनासमोर थांबलो. बहुतेक १७ मार्चची रणरणती दुपार असावी. विद्यापीठाच्या रिजनल डायरेक्टरांची बैठक होती. जेवणाची सुटी झाल्यानं बैठक थांबली होती. डॉ. वायुनंदन यांच्या केबिनसमोर आम्ही उभे होतो. एक-दोन क्षणातच त्यांनी आमच्यासाठी राजेंद्र हिरे या सहकाऱ्याकरवी निरोप धाडला. आम्ही आत जाऊन त्यांच्या समोर बसलो. विद्यापीठाविषयी, त्यातल्या निरंतर शिक्षणव्यवस्थेविषयी ते भरभरून बोलत होते.

बोलण्याच्या ओघात त्यांनीच एक अल्पकाळातली घटना सांगितली. कुलगुरुपदी रुजू झाल्यानंतर एके सकाळी परिसरात फिरत असताना त्यांना वेगवेगळ्या क्षेत्रांतच विद्यापीठासाठी राबणारे मजूर भेटले. प्रत्येकानं त्यांच्या पायावर डोकं टेकवलं आणि आपली कैफियत सांगायला सुरुवात केली. कुणी बागेतलं, कुणी रस्त्यावर, कुणी सफाईचं, तर कुणी कसलं तरी काम करत होता. एकापाठोपाठ एक सगळेच जण आपल्या प्रश्नांविषयी बोलू लागले. बहुतेक मजूर कंत्राटदाराचे होते. खरंतर आता यात काही नवं नाही. खासगीकरणाच्या रेट्यात कंत्राटी मजूर नवी संस्कृती बनले आहेत. शिक्षण, बँका, रेल्वे, विमान, रस्ते असं करत खासगीकरण आता तुरुंगापर्यंत पोहोचणार आहे. भारताबाहेर अनेक देशांनी तुरुंगाची सूत्रंही खासगी क्षेत्राकडं सोपवली आहेत. आपणही आता या वाटेवर आहोत.

गयावया करत आपल्या मागण्या मांडणाऱ्या कंत्राटी मजुरांना कुलगुरूंनी बोर्ड

हॉलमध्ये बोलावलं. या हॉलमध्ये महत्त्वाच्या आणि अतिमहत्त्वाच्या बैठका होतात. बहुतेक वेळा विद्यापीठाच्या कारभाऱ्यासाठी हा हॉल वापरला जातो. या हॉलमध्ये आपल्याला कसं काय बोलावलं, असा एक प्रश्न घेऊन सगळे मजूर तिथं जमले. हॉलमधल्या बड्या माणसांच्या खुर्चीत या कंत्राटी मजुरांना कुलगुरूंनी बसायला सांगितलं. ते संकोच करू लागले; पण कुलगुरूंच्या आग्रहामुळं बसले. पुन्हा आपल्या प्रश्नांचा पाढा वाचू लागले. कंत्राटी मजूर वगळता विद्यापीठात सगळ्यांना त्यांच्या वेतनात शहरानुसार भत्ता मिळतो; पण आम्हाला गावानुसार मिळतो. (विद्यापीठ गावात आहे) असं का, हा महत्त्वाचा प्रश्न होता.

प्रश्नोत्तरं सुरू असतानाच एकजण म्हणाला : ''मागण्यांचं जाऊ द्या, बोर्ड हॉलमध्ये आयुष्यात पहिल्यांदा आम्ही बसलो. त्याचा खूप आनंद वाटतोय. खरं म्हणजे, हा हॉल आम्हीच बांधला. मेन्टेनन्स आम्हीच करतो. बड्या साहेबांसाठी स्वच्छताही आम्हीच करतो; पण इथं बसण्याची संधी पहिल्यांदा मिळाली. छान वाटतंय.''

मजुराच्या या बोलण्यावर सगळेच चक्रावले. चर्चा सुरू राहिली. मागण्यांचं काय होईल ठाऊक नाही; पण खुर्चीत बसल्यावर मजुरांच्या चेहऱ्यावर उमटलेला आनंद पकडण्यासाठी कुलगुरू शब्दांची जुळवाजुळव करत असावेत, असं वाटत होतं. चहा झाल्यावर उठलो. बाहेर आलो. बोर्ड हॉलकडं नजर गेली. तिथं बसण्याची संधी मलाही मिळाली होती.

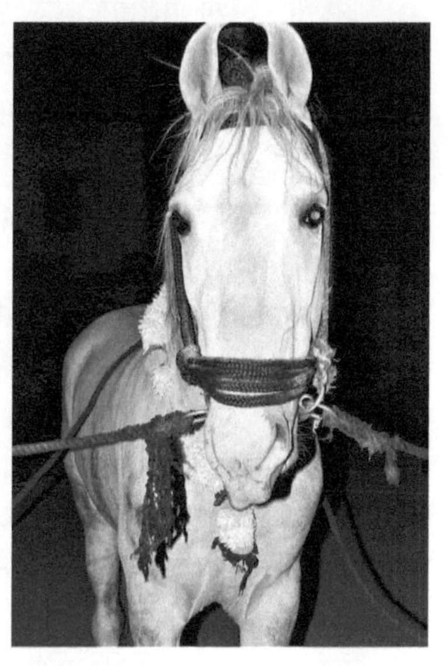

मजुरांना किती आनंद झाला असल, याचा विचार करतच बाहेर पडलो. काही कुलगुरू रुजू झाल्यानंतर कामाची सुरुवात स्वतःच्या केबिनपासून करतात. म्हणजे ती रंगवून घेतात. काही जण फर्निचर करून घेतात. काही जण यज्ञ घालतात आणि हे...

हॉलमध्ये मजुरांना बसवा, असं कुणी म्हणणार नाही. तो त्यांच्यासाठी तयारच केलेला नसतो. मजुरांचीही तशी अपेक्षा असण्याचं कारण नाही. तशी असल तर ते चुकीचं घडावं. प्रश्न एकच आहे आणि तो म्हणजे, ज्यांच्या श्रमातून या सगळ्या सुंदर गोष्टी घडतात, त्यांना त्या मुक्तपणे पाहण्याची तरी मुभा असावी. वास्तुशांतीच्या वेळीही असं घडत नाही. बेलदार देवाची मूर्ती घडवतो खरा; पण तो गाभाऱ्यात जाऊ शकत नाही.

कष्टकर्ता कष्टातून वास्तू उभी करतो; पण त्याला कधी समारंभात बोलावत नाही. खूप कमी लोक असतील असं करणारे.

महात्मा फुले यांनी सत्यशोधक समाज स्थापन केला होता. सार्वजनिक सत्यधर्म स्थापन केला होता. या संस्थांचे घटक होणाऱ्यांची जीवनशैली कशी असावी, याविषयी त्यांनी काही मंथन केलं होतं. उदाहरणार्थ : वास्तुशांती कशी घालावी? ते म्हणतात : 'वास्तुशांतीपूर्वी राबणाऱ्या सगळ्या कष्टकऱ्यांची पगाराची बाकी चुकती करावी. वास्तू (घर) उभारताना ज्या ज्या कामगारांनी कसर न करता इमाने-इतबारे कामं केली असतील, त्या त्या सगळ्यांना आपल्या शक्तीनुसार बक्षिसं देऊन त्यांना संतुष्ट करावं. सगळ्या जातींतल्या अंध-अपंग स्त्री-पुरुषांना दानधर्म करून गृहप्रवेश करावा.'

अर्थात, अशा पद्धतीनं वास्तुशांत करणारे खूपच कमी असतील. वास्तुशांत करायची की ती साजरी करायची, हा प्रश्न उरतोच.

महात्मा फुले यांच्या सांगण्याप्रमाणं, मी माझ्या घराचं केलं तेव्हा मला 'बरं केलं' असं म्हणणारा कुणी भेटला नाही. शेवटी मीच मला भेटलो.

विद्यापीठातून बाहेर पडल्यावर दत्तू वरंदळ या ड्रायव्हरच्या गाडीत बसलो. तो मला घरी सोडणार होता. मूळचा सिन्नरचा. दारिद्र्य असतानाही एमएपर्यंत धडकलेला. अठरा वर्षं ट्रक चालवून शेवटी मुक्त विद्यापीठात स्थिरस्थावर झालेला दत्तू दर वर्षी सहलीला जातोय, जग बघतोय. ड्रायव्हरची नोकरी करतच त्यानं दोन मुली - माधुरी, मोनिका आणि मुलगा आनंद- यांना पदव्युत्तर शिक्षणापर्यंत आणलंय. समाजसेवा करण्याचा नाद त्याला खूप वर्षांपासून; पण दारिद्र्यामुळं ती नीट करता येत नाही. विद्यापीठात स्थिरस्थावर झाल्यावर तो 'देवा' या आपल्या राजबिंड्या घोड्याचा वाढदिवस दर ४ जानेवारीला साजरा करू लागला. गावातल्या फुले विद्यालयात गरीब विद्यार्थ्यांना वह्या, पुस्तकं, पेन, कंपासपेट्या वाटू लागला. गेल्या वर्षी त्यानं या कामासाठी अकरा हजार रुपये दिले होते. नोकरीनंतर त्यानं विहीर खोदली आणि शेती बागायती झाली. रोजावर येणाऱ्या भिल्ल महिलांच्या पोरांनाही तो शाळेची गोडी लावू लागला. सारंगखेड्यातून आणलेल्या मरतुकड्या घोड्याचं संगोपन करून त्यानं त्याला भारी बनवलंय. वाढदिवसाला सुवासिनी घोड्याला ओवाळतात. घरात गोडधोड होतं आणि काही विद्यार्थ्यांना मदत केली जाते. कुणाकडंही तो पैसे मागत नाही. स्वतःच वर्षभर साठवतो. आता जूनमध्ये एक हजार वह्या, पाचशे पेन आणि दहा कंपासपेट्या देण्याचं त्यानं ठरवलंय.

चतुर्थ श्रेणीच्या कामगारांमध्येही सामाजिक जाणिवा किती तीव्र असतात, हे मी पाहत होतो. पुढच्या वर्षी आपल्या घोड्याच्या वाढदिवसाचं निमंत्रण त्यानं मलाही दिलंय. वाढदिवसाला गावातली सगळी बच्चेकंपनी जमा होते. एक आमदारही येऊन गेले. शेतकरी

येतात. वाढदिवस हा आनंदाचा क्षण आहे; पण मुक्या प्राण्याचा वाढदिवस साजरा करून शिक्षणासाठी मदत करणं आणखी आनंददायी आहे, असं त्याला वाटतं. खूप समाजसेवा करायची, असं दत्तू सांगतो; पण पांघरूण अपुरं आहे. काही झालं तरी पाय बाहेर पडतात. आहे त्यात चांगलं करत राहायचं...

बोर्ड हॉलमध्ये जाऊन खुर्चीत बसून जणू काही पुनित झालेल्या श्रमिकांपैकी दत्तू एक. त्यानं स्वतःसाठी आनंदाचे विषय शोधले आहेत. घोडा, त्याचा वाढदिवस आणि शिक्षणासाठी मदत यात तो आनंद शोधतो. 'हा गाढवासारखा घोडा कशाला आणलाय?'

असं म्हणणारे आता तरणाबांड 'देवा' बघून आश्चर्यचकित होतात. लोक लग्नात जागरण-गोंधळ घालतात. दत्तू घोड्याच्या वाढदिवसाला ते करतो. घोड्याला चांगलं आरोग्य मिळावं म्हणून घोड्याच्या वाढदिवसाआधी दोन-चार दिवस महाराष्ट्रातली खंडोबाची ठिकाणं करून

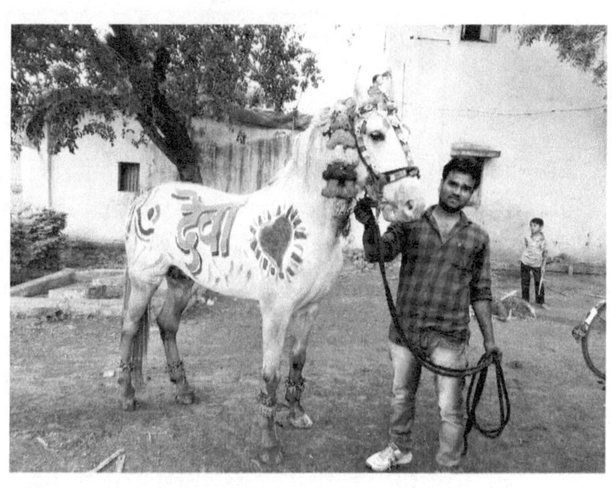

येतो. हे सगळं करण्यासाठी आवश्यक इच्छाशक्ती, ऊर्जा आणि समर्पित भावना तो कुठून बरं आणत असल? प्रश्न तर आहेच; पण 'देवा'च्या वाढदिवसात कदाचित उत्तरही मिळल. शेवटी उत्तरं असतात म्हणून प्रश्न असतात...

मला सोडण्यासाठी दत्तूनं माझ्या दारासमोर गाडी थांबवली. क्षणभर वाटलं, बोलतं करावं आत्ताच याला; पण केलं नाही. त्याची ड्यूटी सुरू होती...

२ एप्रिल २०१७

■ ■ ■

कडकलक्ष्मी झाली व्हायरल

रोहित कसबे यानं १९ मार्च २०१७ ला एक छायाचित्र पाठवलं. त्याला कुणी पाठवलं होतं ठाऊक नाही. एरवी एखाद्या छायाचित्रावर मी फार काळ रेंगाळत नाही; पण हे छायाचित्र त्यांपैकी नव्हतं. वेगळं, वैशिष्ट्यपूर्ण होतं. सर्वप्रथम मी विचार केला, की हे छायाचित्र त्यानं मला का पाठवलं असावं? बऱ्याच वर्षांपासून मी भटक्या आणि गुन्हेगार जमातींवर लिहितोय म्हणून कदाचित पाठवलं असावं, अशी मीच माझी समजूत करून घेतली. हे छायाचित्र अनेकांना मी स्वतः फॉरवर्ड केलं. बऱ्याच जणांनी उत्तर दिलं, की यापूर्वीच ते त्यांच्याकडं आलं होतं. व्हॉट्सअॅप वापरणाऱ्यांना तर ते मिळालंच होतं. नव्या भाषेत सांगायचं तर हे 'व्हायरल' झालेलं छायाचित्र मलाच उशिराच मिळालं होतं. व्हॉट्सअॅप वापरत नसल्याचा तो एक तोटा, असं समजून मी ते नीट पाहू लागलो. छायाचित्राच्या अगदी वर 'सोनी चाळ, कोकणी पाडा, कुमार व्हिलेज, मालाड पूर्व, मुंबई' अशी एक ओळ होती. ती नंतर टाकली की मूळ दृश्यातच होती, हे काही कळायला मार्ग नव्हता. प्रथमदर्शनी छायाचित्रात नवं काही वाटलं नाही. एका घरासमोर अगदी चौकटीला खेटून एक तरुणी भीक मागण्यासाठी उभी आहे. गुरगुर असा आवाज काढणारा ढोलक तिच्या गळ्यात आहे. डोक्यावर ठेवलेल्या पाटीत मरीआईची मूर्ती आहे. 'असं दृश्य तर अनेक ठिकाणी दिसतं,' असं पुटपुटत मी छायाचित्र आणखी नीट न्याहाळू लागलो. छायाचित्राचं वैशिष्ट्य भीक मागणाऱ्या तरुणीच्या वेशभूषेत दिसू लागलं. तिच्या अंगात जीन्सची पँट होती. वर लाल रंगाचा अगदी तिच्या देवीच्या रंगाचा शर्ट होता. पूर्ण बाह्यांचा टी-शर्ट. मी असा विचार करू लागलो, की भीक मागणाऱ्या बाईनं, देव डोक्यावर घेतलेल्या बाईनं इतके फॅशनेबल कपडे कसे काय घातले? अशा कपड्यांमुळं नायिकेसारखी दिसणारी बाई भीक मागण्यासाठी कशी काय उभी? अनेक प्रश्नांनी छायाचित्रकाराला छळलं असावं आणि त्यानं हे दृश्य टिपलं असावं. पुढं ते व्हायरल झालेलं असावं. व्हायरल झालेल्या गोष्टीचा जनक सहसा दिसत नाही. छायाचित्राचं लोकछायाचित्र होतं. जसं 'डोंगरी शेत

माझं' या सुव्र्यांच्या कवितेचं आणि 'पाणी आणायला जाऊ की नको' या अनुवादित गाण्याचं लोकगीत झालं, तसंच या छायाचित्राचंही झालं असावं.

जीन्सचे कपडे गरिबांना खूप उपयोगी पडतात. ते लवकर फाटत नाहीत. मळत नाहीत आणि मळले तरी मळकट वाटत नाहीत. अशा कपड्यांची उपयुक्तता या लोकांसाठी खूप आहे. आपण 'फॅशन-डिझाइन' म्हणून त्याकडं पाहतो आणि हे सगळे लोक टिकाऊ, मळखाऊ आणि देखणं या नजरेतून पाहतात. जे जे आधुनिक तंत्रज्ञान येतं, ते वापरण्यात हा वर्गही पुढं असतो. मोबाईलमुळं भिकाऱ्यांचा, त्यातही भटकणाऱ्या जमातीचा, खूप फायदा झाला. मोबाईल येण्यापूर्वी आपला नातेवाईक भीक मागण्यासाठी कुठं पोचला आणि त्याचं काय झालं, हे तो परत येईपर्यंत कधी कळायचं नाही. मोबाईल सधन वर्गानं जसा वापरायला सुरवात केली तसा बहुरूपी, गोसावी, पारधी, नंदीवाले आदी भटक्या जमातींनीही तो वापरून सगळ्यात अधिक फायदा करून घेतला. 'कर लो दुनिया मुट्ठी में' अशी अंबानींनी दिलेली हाळी या लोकांनी सगळ्यात अगोदर ऐकली असणार. खरं की खोटं मला माहीत नाही. वाचकांनी या विषयात जरूर भर टाकावी. सर्व्हिस सेक्टरमधल्या भटक्यांना, फिरस्त्यांना, श्रमिकांना लोकेट करण्यासाठीच मोबाईलचा जन्म झाला असं म्हणतात. कदाचित ही अतिशयोक्तीही असू शकते. सगळ्याच अर्थांनी मोठा, महाबलवान असणारा अतिमोठा माणूस कधी हातात मोबाईलचा सेट घेऊन शायनिंग मारताना दिसत नाही. दिसतो ते आपणच. आपली गरज बनलाय हा मोबाईल...तर भीक मागणाऱ्या महिलेनं केलेली अत्याधुनिक वेशभूषा ही तिच्या आत्यंतिक गरजेतून आली आहे. तिच्याकडं मोबाईलही नक्कीच असणार. पंजाबी ड्रेसचं असंच आहे. 'फॅशन ते गरज' असा प्रवास या ड्रेसनं केलाय.

मरीआई ही अतिशय उग्र देवता असते. पोतराज या नावानं तिचा भक्त ओळखला जातो. या देवीला 'कडकलक्ष्मी' म्हणतात. डोक्यावर कडकलक्ष्मी आणि सोबत पोतराज घेऊन येणारी ही बाई मरीआईचं दर्शन घडवते. मोबदल्यात भीक मागते. कधी देवीचा छोटा पेटारा तिच्या डोक्यावर असतो, तर कधी पाटीत देवी ठेवलेली असते. मरीआई पटकीची साथ आणते. माणसं मरतात. ग्रामस्थ पोतराजाच्या मदतीनं मरीआईचा गाडा गावाबाहेर काढतात. गाव बांधण्याचा कार्यक्रम होतो. आता पटकी राहिली नाही. विज्ञानानं ती घालवली; पण मरीआईचे उपासक म्हणजे पोतराज शरीरभर कोरडे ओढून, रक्त काढून आपली भक्ती आजही सिद्ध करतात. गावात येऊ पाहणारी व्याधी घेऊन जातात.

छायाचित्र व्हायरल झालं खरं; पण त्याचं पुढं काय होणार? रंजन म्हणून लोक हे सोडून देतील की 'जगण्यासाठी रक्ताचे शिंतोडे उडवणारे अजून मागासच कसे? धावणाऱ्या भारतात, पारदर्शकतेत, 'सब का विकास'मध्ये ते कुठं आहेत' असा प्रश्न विचारतील? 'सब का साथ; पण सब का विकास कुठंय,' असंही विचारतील? मला

तर काही सांगता येत नाही. भारताच्या भौगोलिक नकाशात ज्यांना गावच नाही (घराचा संबंध कुठं?) असे कोट्यवधी आहेत. त्यांपैकी कडकलक्ष्मी वाहून नेणारी ही एक. खरंतर व्यवस्थेनं आपल्या डोळ्यांवर वाढलेली सत्तेची चरबी थोडी बाजूला केली की हा फोटो दिसतो.

एखादी कलाकृती, एखादं छायाचित्र, एखादी बातमी व्यवस्थेनं नीट समजून घेतली तर काय चमत्कार घडतो, हे समजण्यासाठी डोरोथी लाँग या जगप्रसिद्ध महिला-छायाचित्रकाराची आणि त्यातही दिव्यांग अशा या महिला-छायाचित्रकाराची आठवण काढायला हवी. 'कॅमेरा हे असं एक साधन आहे, जे कॅमेऱ्याशिवाय कसं बघायचं ते शिकवतं' असं न्यू जर्सीची ही छायाचित्रकार सांगायची. लोकवाङ्मय प्रकाशनाच्या 'आपले वाङ्मयवृत्त' या नियतकालिकात जून २०१६ मध्ये तिच्याविषयी एक भन्नाट स्टोरी प्रसिद्ध झाली होती. भाकरीसाठी लेकरं पाठीला घेऊन स्थलांतर करू पाहणाऱ्या फ्लॉरेन्स थॉम्पसन या मातेचं छायाचित्र लाँगनं जगप्रसिद्ध वर्तमानपत्रात प्रसिद्ध केलं. त्यामुळं स्थलांतरित होणाऱ्यांसाठी कल्याणकारी कार्यक्रम राबवण्याचा दबाव अमेरिकी सरकारवर आला. तसे कार्यक्रमही झाले. अमेरिका खडबडून जागी तर झालीच; शिवाय हे छायाचित्र एका लिलावात दोन लाखांहून अधिक डॉलरला विकलं गेलं. अमेरिकेतल्या पोस्टानं या छायाचित्राचं तिकीट केलं. पुढं फ्लॉरेन्सच्या निधनानंतर तिची मोठी मुलगी कॅथिना हिनं काही आक्षेप घेत 'माझ्या आईच्या वेदना विकून भलतेच लोक श्रीमंत झाले,' असं विधान केलं. यावरही खळबळ माजली आणि स्थलांतर करणाऱ्यांच्या कल्याणासाठी लाखो डॉलरची लोकमदतही जमा झाली. एका छायाचित्राचा हा जगभर गाजलेला पराक्रम होता.

भीक मागणाऱ्या महिलेचा फॅशनेबल ड्रेसच न पाहता त्यामागं जमलेली आणि आयुष्य शोषून घेणारी वेदनांची काटेरी जाळीही पाहायला हवी. शरीर फोडून घेणाऱ्या पोतराजाला विकास कळतच नाही की तो त्याच्यापर्यंत पोहोचतच नाही की तो विकास गतिरोधकांकडून अडवला जातो? आता कपड्यांचं बघा...'एक नूर आदमी, दस नूर कपडा' असो किंवा 'प्रत्येक कपड्यामागं एक उघडं शरीर' असं विधान असो; फॅशनेबल कपडा सुरूपताच व्यक्त करतो असं नाही, तर वेदनेनं कुरूप बनलेलं आयुष्यही तो लपवण्याचा प्रयत्न करत असतो. छायाचित्र तर व्हायरल झालं, पुढं काय होणार कुणालाच सांगता येऊ नये, अशी आपली व्यवस्था आहे. कदाचित छायाचित्राचा लाभही कुणीतरी करून घेईल किंवा कदाचित ते डिलिटच्या फोल्डरमध्ये पडून विस्मरणातही जाईल. भीक मागणाऱ्याचा फोटोच व्हायरल होणार की वेदनाही...?

९ एप्रिल २०१७

■ ■ ■

झाडात घुसवली जातेय करणी

'फिरस्ती'मध्ये मला माणसं जशी भेटत गेली तशी अनेक झाडं आणि त्यांची जंगलंही भेटत गेली. खूप वेगवेगळ्या आणि वैशिष्ट्यपूर्ण झाडांना मी भेटलोय. अशा झाडावरची पुस्तकंही वाचलीयत. जादूटोणा करणारी झाडं हे त्यापैकी इंग्लिशमधलं एक पुस्तक. रात्री उजेड सोडणारी झाडं, अध्यात्मातली कोडी उलगडणारी झाडं, ध्यानधारणेसाठी निवडली जाणारी झाडं, उपयुक्ततेमुळंही अजरामर झालेली झाडं, हिंसक बनणारी झाडं, लाखो जिवांना आपल्या अंगाखांद्यावर मुक्कामासाठी घरटी बांधण्यासाठी जागा देणारी झाडं... मुळात सगळा निसर्गच धर्मनिरपेक्ष म्हणजे सेक्युलर असतो. आपल्या अंगावर मुंग्या आल्या, साप आले, विंचू आले, घुबड आलं, की चिमण्या आल्या याचा भेदभाव झाडं करत नाहीत. अंगावरच्या सालीपासून फुला-फळापर्यंत दान करून बसतात झाडं... पिंपळाच्या झाडाखाली बुद्ध तपश्चर्येसाठी बसले म्हणून पिंपळाचा 'बोधीवृक्ष' झाला. सम्राट अशोकाच्या लेकरांनी तो श्रीलंकेत नेला. बोधीवृक्ष तिथं झपाट्यानं वाढला. तो पाहण्यासाठी मी मे महिन्यात श्रीलंकेत निघालोय. झाडांना देवादिकांत स्थान मिळालं. झाडांचे देव झाले. प्रत्येक देवाची आवडी-निवडीची झाडं ठरली. पूजे-अर्चेसाठी त्यांची पानं-फुलं ठरली. झाडांच्या अंगाखांद्यावर वाढलेला माणूस नावाचा प्राणी अजूनही आपल्या 'डीएनए'त झाड म्हणजे निसर्ग घेऊनच जगतोय.

ग्रामीण भागात, आदिवासी भागात झाडांचा वापर आपल्या नैमित्तिक गरजा भागवण्यासाठी होतो तसा झाडांना आणि स्वतःलाही शक्तिमान करण्यासाठी होतो. अनेक झाडांवर मुंजे नेऊन बसवले जातात. काही झाडांवर नसलेले पिशाच्च किंवा आत्मेही बसवले जातात. काही झाडांवर सैतानाच्या टोळ्या बसवल्या जातात. काही झाडांवर नसलेल्या भुतांना लटकण्यासाठी जागा दिली जाते. काही झाडांवर पिशाच्चांना आपली खूण ठेवण्यासाठी जागाही दिल्या जातात.

बेळगाव जिल्ह्यात चिकोडीजवळ एक दर्गा आहे. भुताची बाधा झालेले लोक तिथं

जातात. भूत जाईपर्यंत ते दर्‍याभोवती फिरतात. नंतर तिथल्या झाडावर खिळे ठोकून आपल्यातलं भूत गेल्याची खात्री देतात. सगळी झाडं खालपासून वरपर्यंत खिळ्यांनी भरलेली आहेत म्हणजे जखमी झाली आहेत. पुढं जखमा वाढतात, कुजतात. झाडांचा एकेक अवयव गळायला लागतो, सडायला लागतो. मग दुसर्‍या झाडावर हाच प्रयोग. वड, बाभूळ, कडुलिंब ही जादूटोण्यासाठी हमखास जखमी केली जाणारी झाडं. चिकोडीजवळच हे होतंय असं नाही, तर तिकडं मराठवाडा-विदर्भाच्या बॉर्डरवर सैलानीबाबाजवळही होतं. मला ठाऊक असलेल्या शंभर जागा तरी मी सांगतो. जागांना तसा अर्थ नाही तर तिथं काय होतं, हे महत्त्वाचं आहे. तुम्ही ईशान्येकडं गेलात तर अनेक झाडांना अर्थात मोठ्या झाडांना भेगा पाडून, ढापी करून, गुहा करून तिथं बसलेले कथित आध्यात्मिक लोक असतात. काही झाडं निशाण लटकवण्यासाठी, काही त्यातले औषधी गुण शोषून घेण्यासाठी वापरली जातात. झाडाचं अहित झाल्याशिवाय आपलं हित होत नाही, हे माणसाला कधीपासून कळलंय... त्यानुसार तो चालत राहिलाय.

पुण्यात होळकर पूल विश्रांतवाडीला जाताना लागतो. जुना पूल आहे. होळकर या नावानं गाजण्याऐवजी तो आता करणीसाठी गाजतोय. पुलाजवळ म्हसोबाचं छोटेखानी देऊळ आहे. इथं करणी उतरवणारा बाबा आहे. विद्यानगरीबरोबरच आता त्याच्यामुळंही हा भाग ओळखला जातोय. मी स्वतःही अनेकदा या पुलावरून गेलो-आलो असेन; पण करणी झालेले लोक आणि ती उतरवणारा बाबा कधी दिसला नाही. ज्यांनी पाहिलं असेल त्यांनी विचार केला नसेल. जगरहाटी अशीच सुरू राहणार म्हणून सोडून दिलं असेल; पण भिकचंदनं ते सोडून दिलं नाही. पाहिलं आणि कॅमेर्‍यात टिपून ठेवलं. विद्यानगरीत, ज्ञानाच्या नगरीत हे कसं काय चालतं? असं त्याला वाटलं असावं, पण याच नगरीत डॉ. नरेंद्र दाभोलकरांची हत्या झाली आणि कुटुंबनियोजनाबद्दल एकाला शिक्षाही झाली, हे विसरून चालणार नाही. जादू, चेटूक हे काही या शहराला नवं नाही. प्रसिद्ध इतिहाससंशोधक डी. डी. कोसंबी यांनी १९५६ मध्ये लिहिलेल्या 'भारतीय इतिहासाचा अभ्यास' (पान २८, २९) या ग्रंथातही तत्कालीन अंधश्रद्धांवर म्हणजे पुण्यातल्या अंधश्रद्धांवर उजेड आहे. विश्लेषण आहे. ...तर मुद्दा हा, की पुण्यातच हे का, या प्रश्नाला काही अर्थ नाही. जिथं जिथं माणूस आहे, तिथं तिथं हे घडत आलं आहे.

...तर पुन्हा होळकर पूल. इथला एक बाबा बाधा उतरवतो. पिशाच्च उतरवतो. करणी उतरवतो. ती उतरल्याची गॅरंटी-वॉरंटी म्हणून संबंधितांना झाडात खिळे ठोकायला लावतो. दाभण किंवा तीक्ष्ण खिळेही खोलवर ठोकले जातात. बाहुल्या लटकवून त्या जाळल्या जातात. या सगळ्यामुळं नसलेलं भूत जात असेल की नाही ठाऊक नाही; पण झाड जखमांनी भरतं. रोज नव्या जखमा आणि जुन्या चिघळत जाणार्‍या...जखमांनी

विव्हळणाऱ्या झाडानं बाहुली जळताना आग झेलायची. एवढे सगळे खिळे आपल्या शरीरात टिकवून ठेवायचे. परिणामी, झाड खंगतं आणि करणीच्या प्रकरणात मरून जातं. माणसातली कथित करणी झाडात घुसवली जाते. या प्रक्रियेला धर्म, देव, परंपरा आणि संस्कृती म्हणणारे महाभाग काही कमी नाहीत. ते मुके राहतात आणि बोलू पाहणारे अल्पसंख्य ठरतात. अनेक वर्षांपासून असं चाललंय. एकीकडं झाडाच्या संवर्धनाचे कार्यक्रम, वृक्षारोपणाची मोहीम चालवण्याचे कार्यक्रम, 'एक झाड-एक मूल' असले काहीतरी कार्यक्रम आणि दुसरीकडं झाडांना खलास करून माणसांचे विकार त्यात कोंबण्याचे कार्यक्रम... अनेक ठिकाणी अशी दृश्यं आहेत. त्यापैकी पुणं एक...अशी दृश्यं जेव्हा कमी होतील तेव्हा माणूस विचारी आणि सुसंस्कृत झाला, असं म्हणता येईल. माणसाच्या डोळ्यांत वाढवला जाणारा अंधश्रद्धांचा मोतीबिंदू कधी संपणार, असाच प्रश्न झाडात ठोकल्या जाणाऱ्या असंख्य खिळ्यांमुळे तयार होतो. तसाच तो भिकचंदला पडला असावा. हा मजकूर लिहून मी नाशिकमध्ये दहीपुलाकडं निघालो.

'पर्यावरण वाचवा' असे असंख्य फलक घेऊन एका स्वयंघोषित महाराजांची मिरवणूक निघाली होती. पाडव्याच्या मुहूर्तावर निघालेल्या मिरवणुकीत बहुतेक वाहनं वेगवेगळ्या झाडांच्या भल्यामोठ्या फांद्यांनी सजवली होती. फांद्यांनाच लटकलेला फलक : 'प्रदूषण थांबवा... जंगल वाढवा...!'

१६ एप्रिल २०१७

■ ■ ■

फलकावरचे समाजरक्षक

बहुतेक महापुरुषांच्या जयंत्या-मयंत्या एप्रिल-मे महिन्यात येतात. दोन महिने सगळ्या शहरांचं, चौकांचं रूपडं पालटून जातं. अर्थात, ते सुंदरच असतं, असं काही नाही. बऱ्याचदा ते कुरूपही असतं. भावनांचा, श्रद्धांचा प्रश्न असतो म्हणून कुणी काही बोलत नाही आणि बोलायचं तरी कुणाला? असं करणारे त्या त्या एरियाचे घोषित-अघोषित, कायदेशीर-बेकायदेशीर मालक असतात. मालकांचा जसा मूड तसा चौकांचा-शहरांचा असतो. मालकांचा मूड खराब झाला, की कुठं गाड्या जळतील आणि कुठं कुठं फोडाफोड होईल सांगता येत नाही. या काळात कुणीही कुणाच्या नावानं पावत्या फाडू शकतं. कुणाच्या नावावर कितीही आकडा टाकू शकतं. सामाजिक कार्य म्हटलं जातं या सगळ्याला...ते करणारेही अर्थातच स्वयंघोषित कार्यकर्तेच असतात. आपलं कार्यकर्तेपण आणि महापुरुषांविषयीची श्रद्धा व्यक्त करण्याचा हा काळ असतो. जो जास्त श्रद्धा व्यक्त करतो, त्याला अर्थातच जास्त वर्गणी गोळा करावी लागते. त्यासाठी वर्गणीदारांना कधी खरी खरी, तर कधी खोटी खोटी धमकी द्यावी लागते. लोकांच्या मनात श्रद्धा तयार करावी लागते. या सगळ्या गोष्टी झाल्या, की मग होर्डिंगयुद्धाला तयार व्हावं लागतं. पूर्वीसारखी हे युद्ध आता राहिलेलं नाही. महापुरुषांना मानणारे, महापुरुषांची इच्छा नसतानाही बळेबळेच त्याचे अनुयायी झालेले हे सगळे या युद्धातले खेळाडू असतात. त्यांचे त्यांचे नेते असतात. कुणाची किती वर्गणी गोळा करण्याची क्षमता असते, यावरूनही अनेकदा नेतृत्व ठरतं. जुन्या काळातल्या स्वयंवराप्रमाणे बोली लावूनही हे पद मिळवलं जातं. मग तयारी सुरू होते होर्डिंग लावण्याची. जागांचा शोध सुरू होतो. अर्थात, तेही महामानवाच्या नावानं दम देऊनच... महामानवाच्या नावात किती क्षमता आहे, याचा अंदाज घेतला जातो. बऱ्याच वेळेला शेजारी शेजारी होर्डिंग लावली जातात. मग त्यांच्यातही अघोषित युद्ध सुरू होतं; पण सामान्य माणसं या सगळ्याचा विधायक अर्थ घेतात. 'महामानवाविषयी श्रद्धा व्यक्त

करण्याची चढाओढ', असं नाव त्याला देतात.

होर्डिंगवरचे फोटो हा एक चर्चेचा विषय होतो. अर्थात, तीही मनातल्या मनात करायची असते. बहुतेक महामानवांच्या भक्तांत राजकीय, सामाजिक फूट पडली आहे. परिणामी, प्रत्येक जण होर्डिंगच्या युद्धात आपला गट-तट घेऊन सहभागी होतो. आपापल्या राष्ट्रीय, आंतरराष्ट्रीय पातळीवरच्या नेत्यांचे फोटो होर्डिंगवर टाकतो. ग्लोबल जगात राष्ट्रीय नेता होणं हे कधी नव्हे एवढं सोपं झालंय. आपणच आपल्या नावामागं 'राष्ट्रीय नेता' असं लिहायचं...झाला की नेता राष्ट्रीय! कुणाच्या परवानगीची आणि झालंच तर कार्यकर्त्यांची गरज त्याला नसते. काही नेते चळवळीतून, धडपडीतून जन्माला येतात आणि हे? हे नेते कधीही जन्माला येतात. डायरेक्ट होर्डिंगवर उगवतात. चमकतात. आपापली पोझ प्रसिद्ध करतात. कोणतंही होर्डिंग घ्या, त्यावर गट, ग्रुप, बॉईज, यूथ असं काहीतरी लिहिलेलं असतं. आपला समाज, आपले भक्त किती गटा-तटांत विभागलेले आहेत, याचा अंदाज या होर्डिंगवरून येतो. होर्डिंगवरचे फोटो पूर्वी फक्त महापुरुषांचे असायचे. खूप भव्य-दिव्य असायचे. आता ते छोटे छोटे होऊ लागले. महापुरुषांच्या फोटोभोवती स्वयंघोषित

कार्यकर्त्यांचा इतका गराडा पडला, की महापुरुषांचाच फोटो शोधावा लागतो.

फोटोतल्या नेत्याचं सामाजिक चारित्र्य चटकन लक्षात यावं, यासाठी आता नवनवी विशेषणं जन्माला आली. धर्मरक्षक, समाजरक्षक, धर्ममर्द,

सामाजिक कार्यकर्ते वगैरे वगैरे...कुणीतरी येऊन समाजाचं रक्षण करावं, इतकी वाईट स्थिती आली आहे का, असंही वाटायला लागतं; पण हे नवे धर्मरक्षक, नवे कर्मयोगी, कर्मवीर आता गर्दीनं आले आहेत. महामानव कशाला म्हणतात हे ज्यांना ठाऊकच नाही अशा चिल्ल्यापिल्ल्यांचे फोटोही झळकू लागले आहेत. महापुरुषांच्या मांडीला आपले फोटो चिकटतील अशा प्रकारे फोटोंची मांडणी केलेली असते. पूर्वी महापुरुषांच्या संबंधित एखादं क्रांतिकारी वाक्य टाकलं जायचं. त्यानंतर शत्रुपक्षाला, उजव्या शक्तींना आव्हान देणारी वाक्यं येऊ लागली; पण बहुतेक नेते उजवे झाल्यानं आता अशा आव्हानावर मर्यादा आल्या. उजव्यांचा उपमर्द करण्यासाठी शेलकी वाक्यं शोधणारे विचारवंत, नेते आणि काही कवी उजव्या पक्षांनी तयार केलेल्या पिंजऱ्यात पेरूची फोड खात बसले म्हणूनही असं झालं. त्यानंतर मग गेल्या काही वर्षांपासून एक अतिशय आक्रमक वाक्य

येऊ लागलं : 'एकच साहेब...' आता बोला! साहेब होण्याचा कसा तरी प्रयत्न करू पाहणाऱ्यांचे पत्ते असे क्षणात काटले गेले. आता कुणी महापुरुष होणार नाही म्हणूनही टीका आणि कुणी प्रयत्न करत असल्यास त्याचीही बत्ती गुल...नवे समाजरक्षक आणि नवी नीती जन्माला आली. महापुरुषांची नवी रूपकं जन्माला आली. ती महापुरुषांना इतकी गच्च चिकटली, की रूपक कोणतं आणि महापुरुष कोणता, हा प्रश्न पडावा.

गेला महिनाभर मी मोठ्या प्रमाणात महाराष्ट्र फिरलो. प्रत्येक गावात असं पोस्टर-वॉर...जगण्याच्या लढाईला जणू काही त्यानं मागं टाकलेलं...महापुरुषांचे एकत्रित फोटो असणारी होर्डिंग कमी झाली आणि त्या ठिकाणी ग्रुप, गट वगैरे भेदाभेदात अडकलेल्यांचे फोटो आले. हे फोटोतले बहुसंख्य कोण आहेत, त्यांचं चरित्र आणि चारित्र्य काय, ते सारखे पोलिस ठाण्याच्या दारात का, याचा तपास कुणी करत नाही, हीसुद्धा चांगलीच गोष्ट म्हणावी लागली.

एकीकडं ही अशी होर्डिंग, तर दुसरीकडं नाशिकच्या रविवार कारंजावर (याला 'आरके' म्हणतात) एक होर्डिंग झळकलं. बराच काळ ते इथं चिकटलं होतं. स्फोट व्हावा असा; पण सच्च्या दिलानं, पाय जमिनीवर ठेवून तयार केलेला मजकूर त्यावर होता. एका अर्थानं मोठ्या हिमतीनं लोकभावना पकडण्याचा प्रयत्न झालेला दिसत होता. त्यावर लिहिलं होतं : 'साहेब, तुमच्या प्रतिमेसोबत आमची छबी लावण्याएवढे आम्ही मोठे झालो नाही...' अर्थात, हे कटू सत्य होतं; पण ते आत्मचिकित्सा म्हणून लिहिलं गेलं, की स्वयंघोषित समाजरक्षक होण्यासाठी व्याकुळ झालेल्यांचा पत्ता कट करण्यासाठी लिहिलं गेलं, हे गुलदस्त्यातच आहे. एवढं मात्र खरं, की महामानवाच्या जयंत्या-मयंत्या पकडून जन्माला येणाऱ्या होर्डिंगच्या मजकुरावरून समकालीन सामाजिक, सांस्कृतिक हालचालीही पकडता येतात...पण तसं ठरवलं तरच...

२३ एप्रिल २०१७

■ ■ ■

सिग्नलवरचा भारत

कोणताही देश रस्त्यावरच्या सिग्नलवर बघता येतो, समजून घेता येतो, असं इंग्लिशमध्ये एक उपरोधिक वचन किंवा म्हण किंवा सुविचार आहे. आपण जेव्हा सिग्नलवर जातो तेव्हा याची प्रचीती येतेच येते. सगळ्या प्रकारचे लोक, सगळ्या प्रकारच्या वेशभूषेतले, वयोगटातले, वर्गातले आणि वर्णातले लोक तिथं दिसतात. आपण जेव्हा सिग्नलवर पोचू तेव्हा तो मोकळाच असावा, असं प्रत्येकाला वाटत असतं; पण ते तसं प्रत्येक वेळेला घडत नसतं. ट्रकला रिक्षा ओव्हरटेक करते, सायकलला बाइक ओव्हरटेक करते, मग एखादी चारचाकी येऊन या सगळ्यांना ओव्हरटेक करते. गंमत म्हणजे, हे सगळे मिळून चालणाऱ्याला ओव्हरटेक करतात. झेब्रा क्रॉसिंगचा आदर करणारे जसे असतात, तसे त्याच्या अंगावर आपली गाडी थांबवणारेही असतात. अशात मग कुणीतरी ढकलगाडा घेऊन येतो. तो काही सिग्नल पडण्याची वाट बघत नाही. मग कुणीतरी बैलगाडी आणतो. एवढंच काय, उंट-हत्तीही कधीकधी सिग्नलवर भेटतात. सिग्नलवर मार्केटिंग करणारे, सिग्नलवरच गाड्यांची काच स्वच्छ करणारे, प्रियेसाठी मोगरा विकणारे आणखी वेगळे. खेळणी, उपयोगाची उपकरणं, रुमाल, पेन, इलेक्ट्रॉनिक्स वस्तू विकणारेही तिथं असतात. सिग्नलवर देश पाहता येतो तो असा. जो वेगात येतो तो बाजूच्याला 'कशाला एवढ्या वेगात येता?' असं विचारतो. सिग्नलवरच्या मोठ्या गर्दीतही हळूहळू आपलं वाहन दामटत झेब्रा क्रॉसिंगवर जाणारे वेगळे. या सर्व चक्रव्यूहात भीक मागणारे आणखी वेगळे...

देशातल्या कोणत्याही सिग्नलवर जा, भीक मागणारे हमखास दिसतील. आपलं व्यंग्य दाखवणारे, छाती-पोटाची हाडे दाखवणारे, जगातली सगळीच भूक आपल्या चेहऱ्यावर आणणारे आणि एवढं करूनही भीक मिळाली नाही म्हणून चारचाकीच्या काचेवर बुक्की मारणारे किंवा मागं जाऊन थुंकणारेही मी पाहत आलोय. अनेकदा या मजेशीर विद्रोहाचा बळी ठरलोय, भीक हमखास मिळवणाऱ्यांचा म्हणजेच तृतीयपंथींचा. पैसे मिळवण्यासाठी ते नेमकं काय करतात, हे सगळं इथं लिहिणं कदाचित उचित ठरणार

नाही. ...तर सिग्नलवर भीक मागणाऱ्यांमध्ये लहान मुलं नेहमी लक्ष वेधून घेतात. निदान माझं तरी लक्ष वेधून घेतात. दोन लहान मुलं असतात. एकाच्या कडेवर दुसरं मूल विसावलेलं असतं. या मुलाच्या चेहऱ्यावरून, डोळ्यांतून, ओठांच्या छोट्या हालचालींतून फक्त भूक बाहेर पडत असते. कितीतरी दिवसांपासून ते तान्हुलं उपाशी असावं, असं सकृतदर्शनी वाटतं. त्याच्या अंगातली हाडं, बरगड्या, खोल गेलेलं पोट आणि डोळेही हेच सांगत असतात. सिग्नलकडे बघत हिरव्या रंगाची प्रतीक्षा करणारा अनावधानानं हे दृश्य पाहतो. त्याची करुणा चटकन जागी होते. काही पैसे देऊन पुढच्यांना ओव्हरटेक करण्यासाठी तो निघून जातो.

लहान मुलांच्या पिळवणुकीविरुद्ध भारतात जेवढे कायदे आहेत तेवढे इतरत्र कुठंही नसतील. गंमत म्हणजे, एवढे कायदे असूनही भारतात जेवढी लहान मुलांची पिळवणूक होते, तेवढी इतरत्र कुठं होत नसावी. लहान मुलांची पिळवणूक, त्यांच्याकडून घेतले जाणारे कष्ट हे कुटुंबाच्या जगण्याशी जोडले गेलेले आहेत. जगण्यासाठी माणूस काय नाही करणार? तो कोवळं मूल सिग्नलवरच्या भारतात आणू शकतो. स्व-उद्धारासाठी त्याचा बळी देऊ शकतो, विक्री करू शकतो किंवा मुलगी नको म्हणून तिला गर्भाशयातच मारू शकतो. या सगळ्यामागं त्याची त्याची फसवी समर्थनं असतात.

...तर या लहान मुलांना भीक मागायला लावणाऱ्यांविरुद्ध कारवाई होऊ शकते; पण तशी ती कधी होत नाही. भिकाऱ्यांच्या पुनर्वसनासाठी कोट्यवधी रुपयांची भिक्षेकरी-घरं महाराष्ट्रात आहेत; पण एकही भिकारी तिथं दिसत नाही. कधी कुठल्या भिकाऱ्यावर कारवाई झाल्याचं कुणी ऐकलेलं नसतं. सगळे भिकारी खुलेआम शासनाला आणि समाजालाही दिसतात. शासन गांधारीप्रमाणे डोळ्यांवर पट्टी ओढून घेतं. गांधारीचं एक बरं होतं, की पट्टीमागं तेज निर्माण व्हायचं. शासनाच्या पट्टीमागं असं तेजबीज काही तयार होत नाही. झालंच तर बेजबाबदारपणा, ढोंग आणि विकृतीच तयार होते. शासनाला कागदापलीकडं जाऊन काहीच करायचं नसतं. हे सगळे उद्याचे भावी नागरिक...हे सगळे सिग्नलवर कोरड्यानं स्वतःची पाठ आणि पोट फोडून घेणारे... हे सगळे मुल भाड्यानं आणणारे आणि विशेष म्हणजे, भिकेसाठी विशिष्ट तासाकरिता मुलं भाड्यानं देणारे...मुलांना सतत गुंगीची औषधं देणारे... असे हे सगळे भारतीय 'इंडिया'त कधीच जाऊ शकत नाहीत. 'इंडिया'त कुणाला आणि कसंही घुसता येत नाही. विकासासाठीचा पासवर्ड लागतो. तो वापरल्याशिवाय 'खुल जा सिम सिम'प्रमाणे इंडियाचा दरवाजा कसा उघडणार? धावणाऱ्या, धावत-धावत महासत्ता बनू पाहणाऱ्या, ऑनलाइनवर झेंडा फडकवणाऱ्या 'इंडिया'त आपली भूक, आपली स्वप्नं यांसह जमिनीला चिकटलेले, सरपटणारे प्राणी इतरांना दिसायचं कारण नाही. हे सगळे 'इंडिया'त गेले, की विकासाचा

असमतोल होतो आणि झालंच तर विकेंद्रीकरण होतं. स्वाभाविकच हे सगळे 'आउट ऑफ कव्हरेज' राहतात.

छोट्या भिकाऱ्यांना पकडून त्यांचं पुनर्वसन करण्यासाठी खूप मोठे अधिकार बालकल्याण, पोलिस, एनजीओ आदींना देण्यात आलेले आहेत. काही एनजीओंकडं प्रदर्शनीय मुलं त्यांच्या त्यांच्या अनुदानासाठी असतात. सिग्नलवरचा पोलिस कधी या मुलांना हुसकत नाही. हुसकलं तर ती दुसऱ्या सिग्नलवर जातात. दानधर्म करणारे करुण दृश्याचे बळी ठरतात. एकूण काय, हे चक्र कायम राहतं. भिकेचा व्यवसाय होतो. भिकेचे दर महागाई निर्देशांकाप्रमाणे वाढतात. आमच्या लहानपणी 'एक-दोन पैसा द्या धर्माला' असं गाणं म्हणत भिकारी यायचे. त्या वेळी एक-दोन पैशाची नाणीही असायची. आता आपण खूप पुढं गेलो. नाणी गेली. करन्सी प्लास्टिकच्या कार्डांत बंद होत आहे. कोणताही भिकारी आता सुट्ट्या पैशांत भीक मागत नाही. ते म्हणतात : 'चहाला देता का आठ-दहा रुपये', 'माझं पाकीट मारलंय; देता का वीस रुपये', 'यात्रेला जायचंय; देता का पन्नास रुपये...' भीक देणारे प्रसंगी उपरोधानं हसतात. भिकाऱ्यांचं बरोबर आहे. चहासाठी आठ-दहा रुपयेच लागतात. 'महागाई केवढी वाढलीय,' असं पुटपुटत ते निघून जातात. महागाईचा निर्देशांक कसा काढायचा असतो, हे भिकारीच सांगतील आता.

मध्यंतरी आंध्र प्रदेशात बड्या परदेशी पाहुण्यांना आपल्याकडचे भिकारी दिसू नयेत म्हणून एक शक्कल लढवली गेली होती. विशिष्ट रक्कम देऊन म्हणजे पगारच देऊन त्यांना कोंडून ठेवण्यात आलं होतं. भिकारी थोडे खूश झाले. श्रीमंत पाहुण्यांना इंडियात भिकारी न दिसल्याचा आनंदही झाला असावा; पण पाहुणे जसे विमानातून उडाले तसा सिग्नलभोवती पुन्हा हा भारत तयार झाला. पगार घेऊन घरी बसायला कुणीही भिकारी तयार झाला नाही. शासन त्यांना रोज दोनशे रुपये द्यायचं आणि यांना पाचशेच्या पुढं भीक मिळायची. शासन आपली पिळवणूक करतेय, असं भिकाऱ्यांना वाटलं. काही असो. काही दिवसांकरता भिकारी दडवण्यात आंध्रला यश आलं होतं. हे इतरत्र कुठं घडलं नाही. काठी टेकवत टेकवत का होईना; पण सिग्नलवरचा भारत एकेक पाऊल पुढं टाकतोय... या पावलाला ना प्रतिष्ठा, ना विकासाचा स्पर्श...

३० एप्रिल २०१७

■ ■ ■

संविधान-साक्षरता

भोरचा डॉ. रोहिदास जाधव तसं अनेक वेळा लव्हेरी गावाविषयी बोलत असे. भोर तालुक्यात शिवकालीन ऐतिहासिक खुणांचं साक्षीदार असलेलं लव्हेरी हे गाव तो 'राज्यघटना-साक्षर' बनवण्याच्या प्रयत्नांत होता. एकदा तो म्हणाला : ''आम्ही गावात जाऊन राज्यघटनेविषयी जागृती करतोय, प्रचार करतोय.'' मग एकदा त्यानं सांगितलं, की भोरचे न्यायमूर्ती सतीश पाटील व आवटे यांनीही गावात जाऊन लोकांचं प्रबोधन केलं. मग हा प्रबोधनाचा कार्यक्रम असाच सुरू राहिला. राज्यघटनेविषयी, तिच्या निर्मितीविषयी, तिच्या सरनाम्याविषयी माहिती देणं सुरू झालं. एवढंच नव्हे तर 'बार्टी'नंही या उपक्रमाला मदत करण्याचं ठरवलं. 'एम. एम. जोशी फाउंडेशन'चे विश्वस्त आणि राज्यघटनेचे अभ्यासक-प्रचारक प्रा. सुभाष वारे हेही गावात जाऊन आले. भोरचं 'फुले-शाहू-आंबेडकरी विचारप्रसारक मंडळ' तर ही कल्पना मांडण्यापासून ते ती राबवण्यापर्यंत सक्रियच होतं. कॉम्रेड ज्ञानोबा घोणे हेही सक्रिय होते. शेवट इतका सुंदर झाला, की साडेपाचशेची लोकसंख्या घेऊन जगणाऱ्या या गावातल्या घराघरांत राज्यघटनेची एक प्रत देण्यात आली. घराघराचं, माणसामाणसाचं वैभव वाढवणारी राज्यघटना गावातल्या प्रत्येकानं आपल्या हातात घेतली. काहींनी चाळली. काहींनी भाषणातून समजावून घेतली. काहींनी तिला स्पर्श केला. या सगळ्यातून एका नव्या गावाची संकल्पना जन्माला येते आहे, ती म्हणजे : राज्यघटना म्हणजे संविधान साक्षर गाव!

गेली अनेक वर्षं विचारसंमेलनं घेणाऱ्या रोहिदासच्या डोक्यात ही कल्पना कशी काय आली ठाऊक नाही; पण ती आता वास्तवात उतरत आहे. लव्हेरीला राज्यघटना-साक्षर गावाकडं ती घेऊन जाते आहे. राज्यघटना-साक्षर झालेल्या गावात नेमकं काय घडलं, कसं घडलं याविषयी लागलीच भाकीत करणं घाईचं ठरावं. कारण, राज्यघटनेचं आकलन, तिच्याविषयीची बांधिलकी, तिच्यातल्या उदात्त मानवी कल्पनांचं आकलन,

संवर्धन, परिणाम आदी गोष्टी दीर्घ प्रक्रियेतल्या आहेत. त्या व्यक्त होण्यासाठी कालावधी लागणार आहे. तो कालावधी देण्याची आणि गावाला प्रोत्साहित करण्याची जबाबदारी अर्थातच आपल्या सगळ्यांवर आहे.

यापूर्वी 'स्वच्छता गाव', 'तंटामुक्ती गाव', 'साक्षर गाव', 'हरित गाव' अशी गावं होती आणि आहेत. आता राज्यघटना-साक्षर अर्थात संविधान-साक्षर गावाची त्यात भर पडणार आहे. अर्थात तंटामुक्ती, अस्पृश्यतानिवारण, शिक्षण, महिलामुक्ती यांसारख्या गोष्टींचा जन्म राज्यघटनेतूनच होत असतो; पण आपल्याकडं संविधान-साक्षरता नसल्यानं त्या आपल्याला कळत नव्हत्या. आता कुठंतरी आपण जलसाक्षरता, संगणकसाक्षरता वगैरे गोष्टी सुरू केल्या आहेत. सगळ्यात अगोदर संविधान-साक्षरता सुरू व्हायला पाहिजे होती; पण ती काही झाली नाही. लोकशाही आपण स्वीकारली; पण त्यादृष्टीनं आवश्यक

असणारी साक्षरता तयार करण्यास आपण कमी पडलो. परिणाम असा झाला, की 'फक्त निवडणुका किंवा सरकारचं आगमन-निर्गमन म्हणजेच लोकशाही' असं आपण समजायला लागलो. 'राज्यघटना म्हणजे विद्वानांची गोष्ट, सरकार चालवणाऱ्यांची गोष्ट,' अशी

सामान्य माणसांची धारणा होत गेली. संविधान-निरक्षरतेमुळं आपले प्रश्न वाढतात किंवा ते सुटत नाहीत, हे समजून घ्यायला आपल्याला वेळ लागला. सक्तीचं शिक्षण, शुद्ध पाणी, आरोग्यसुविधा आपल्याला सरकार देतं, पण सरकारला हे करायला कोण भाग पाडतं, हेही सामान्यांना कळत नव्हतं. 'राज्यघटना डॉ. बाबासाहेबांनी लिहिली ती दलितांच्या हितासाठीच,' असा अपप्रचार करणारा वर्ग तयार झाला. 'धर्मग्रंथालाच राष्ट्रग्रंथ करा, त्यासाठी राज्यघटना कशाला?' असं सांगणाराही वर्ग तयार झाला. 'नवी घटना तयार करा,' असं म्हणणारेही आहेत. या सगळ्या गोष्टी निरक्षरतेतून येत होत्या. काही वर्षांपूर्वी 'राज्यघटना हिंदीतून वाचणार नाही' म्हणून दक्षिणेच्या काही वाघांनी आंदोलन केलं होतं. काहींनी धर्मग्रंथ आणि राज्यघटना यांच्यात झुंज लावता येते का, असाही प्रयत्न चालवला होता. काहींनी आणीबाणीत राज्यघटना गोठवण्याचा प्रयत्नही केला होता. सहा दशकांहून अधिक काळ आपली राज्यघटना अनेक अग्निपरीक्षा देत आली. उत्तीर्ण होत आली. शेजारी राष्ट्रांप्रमाणे तिनं आपल्या भूमीत कधी अराजकतेला, लष्करशाहीला वाट मोकळी करून दिली नाही. सतीची प्रथा बंद करण्यासाठीही तिनं उत्तर शोधलं होतं.

तिनं आपल्या देशातलं निम्मं आभाळ म्हणजे महिलांच्या आत्मसन्मानाचेही मार्ग शोधले आणि शेतकऱ्यांच्या आत्महत्येवर उतारे शोधण्यासही सरकारला भाग पाडलं. हे सगळं काही राज्यघटना करत होती; पण सामान्य माणसाला मात्र ते कळत नव्हतं. 'राज्यघटना म्हणजे किचकट कायद्यांचं एक जंगल,' अशा समजात तो वावरत होता.

उशिरा का होईना; पण गाव संविधान-साक्षर बनवण्यासाठी समाजच आता एक पाऊल टाकतो आहे. यापूर्वी शालेय अभ्यासात राज्यघटनेचा सरनामा आला होता. आता पूर्ण राज्यघटनाच गावाला समजून सांगण्याचा प्रयत्न होतोय. ज्याला राज्यघटना समजते किंवा समजून घेता येते तोच समाज चांगले नागरिक बनवू शकतो. तो राष्ट्रप्रेमही जन्माला घालू शकतो. राष्ट्रप्रेमाच्या व्याख्या कुण्या रंगात बुडवण्याऐवजी तो गांभीर्यानं त्याचा विचार करू शकतो. नागरिकशास्त्रात पैकीच्या पैकी गुण मिळवून कधी चांगला नागरिक होता येत नसतं. त्यासाठीचा मार्ग राज्यघटनेतूनच जातो. हे सगळं खरं असलं तरी लोकशाहीची नर्सरी असलेल्या ग्रामपंचायतीत, शाळांमध्ये, गावपातळीवरच्या शासकीय-निमशासकीय कार्यालयांमध्ये राज्यघटना मिळत नाही. गावाच्या विकासावर खर्च करण्यासाठी कोट्यवधी रुपये असतात; पण त्यांच्या अंदाजपत्रकात राज्यघटनेची एक प्रत विकत घेण्यासाठी शंभर रुपयांची तरतूद नसते. अनास्था, अज्ञान, बेपर्वाई, आम्हाला काय अशा वृत्तीतून हे घडत असतं. संविधान-साक्षरता मिळवण्यासाठी घराघरातच राज्यघटना मिळणार? पाहिजे असं काही नाही; पण निदान तिचा परिचय (अभ्यास; समीक्षा नव्हे) असणं आवश्यक आहे. राज्यघटनेचा सरनामा शाळकरी मुलांकडून वाचून घेणाऱ्या शिक्षकांना सरनामा कळत नाही. 'आम्ही राज्यशास्त्राचे विद्यार्थी नाही; आमचा काय राज्यघटनेशी संबंध?' असं कौतुकानं सांगणारेही आहेत. परिणामी, देश-समाज-नागरिक यांच्यासाठी जणू काही कवचकुंडलं असणाऱ्या राज्यघटनेकडं दुर्लक्ष होत जातं. आपला समाज संविधान-साक्षर व्हावा, असं सरकारलाही गांभीर्यानं वाटत नाही. 'गावात झाडू, झाड आणि झडती पाहिजे,' असं म्हणणारं सरकार 'गावात राज्यघटनाही पाहिजे', असं कधी म्हणत नाही. 'अमुक पुढाऱ्याचा फोटो शासकीय कार्यालयात हवाच,' असा फतवा काढणारं सरकार राज्यघटनेविषयी फतवा काढत नाही. लोकेच्छेतून, लोकांसाठी तयार झालेली आणि लोकांनाच अर्पण केलेली राज्यघटना घराघरांत पोहोचवण्याच्या या प्रायोगिक प्रयोगाचं या सगळ्या पार्श्वभूमीवर स्वागतच करायला हवं. राष्ट्रपती, राज्यपाल हे घटनात्मक प्रमुख असतात; त्यांनीही या आगळ्यावेगळ्या साक्षरता-मोहिमेत लक्ष घालायला हवंच हवं.

७ मे २०१७

■ ■　■　■

मळ्याकडं धावताहेत गावं

कोण्या एके काळी शिंदीच्या आणि वडाच्या झाडांनी वेढलेल्या गावाला शिंदवड असं नाव पडलंय. शिंदवड हे गाव नाशिकपासून पन्नासेक किलोमीटरवर निफाड, चांदवड या तालुक्यांच्या सीमेवरचं. स्वतः मात्र दिंडोरी तालुक्यातलं. या गावाच्या आसपास अनेकदा गेलो होतो. पलीकडं इंदोऱ्यालाही गेलो होतो. बेनझीर भुट्टोंच्या आजोबांचं गाव, असं कुणीतरी मला सांगितलं होतं. दोन्ही बाजूंना बऱ्यापैकी उंच टेकड्या, बाजूनं धरणाच्या दोन चाऱ्या शिंदवडला समृद्धीचं वरदान देऊन गेलेल्या. गाव आता बऱ्यापैकी बागायती आणि त्यातून अर्थातच सधन झालंय. द्राक्ष, डाळिंब, भाज्या आणि अजून काय काय नगदी पिकं तिथं होतात. गावाच्या हातात पैसा खुळखुळतोय. त्याचा आवाज पार नाशिकपर्यंत ऐकू येतोय. शिक्षणाचं आणि त्यातही उच्च शिक्षणाचं प्रमाण बऱ्यापैकी वाढलंय. या भागात जीवनेश्वर काळूबाबा नावाचे कुणी सत्पुरुष होऊन गेले. ते सत्पुरुष म्हणून लौकिक पावले, ते एका मोठ्या कारणासाठी आणि ते म्हणजे, ते सांगतील त्या ठिकाणी विहिरींना पाणी लागायचं. शिंदवडमध्ये अशा अनेक विहिरी त्यांच्या सांगण्यावरून घेतल्या गेल्या. आजही त्यांना बऱ्यापैकी पाणी असतं. त्यावर द्राक्षाच्या बागा डुलतात. अनेक ठिकाणी शेततळी उभी राहिली आहेत. पन्नास-पन्नास हजार लिटर पाणी घेऊन ती तग धरून राहतात. काहींनी नैसर्गिक, तर काहींनी कृत्रिम तळी तयार केली आहेत. गावात चारचाकी, दुचाकी यांची काही कमतरता नाही. मोबाईल न बाळगणारा माणूस दुर्मिळ समजावा लागेल. गावाचं अर्थकारण, समाजकारण आणि हो राजकारणही बदलून गेलंय. तालुक्यात जे काही राजकारण होतं ते जोरदारच. तालुका बऱ्यापैकी आदिवासी असल्यामुळं 'ओपन'मध्ये खेळणाऱ्यांना मर्यादा येतात. शेजारचा निफाड तालुका तर राजकारणासाठी प्रसिद्धच आहे. दर दहा लोकांमागं एक छोटा किंवा मोठा नेता तिथं असेल.

...एवढं नमन एवढ्यासाठी केलं, की शिंदवड या आपल्या गावाचं ऋण फेडावं,

या विचारानं ज्येष्ठ वकील भास्करराव पवार यांनी स्वखर्चातून इथं वाचनालय स्थापन करायचं ठरवलं. अतिसुबत्तेमुळं चंगळवादाकडं आणि काही प्रमाणात विकृतीकडं झुकणाऱ्या अनेक गावांना ग्रंथालयं संस्कृतीकडं खेचू शकतात. विशेषतः तरुण पिढीला ती घडवू शकतात, याची खात्री झाल्यानं त्यांनी वाचनालय सुरू करायचं ठरवलं. त्याला नाव दिलं 'जीवनेश्वर काळूबाबा वाचनालय, शिंदवड.' जीवनेश्वर म्हणजे जल, पाणी उपलब्ध करून देणारा. एकेकाळी कपाळावर दुष्काळाचा शिक्का कोरून जगणाऱ्या या गावाला काळूबाबांच्या शहाणपणाची खूपच मदत झाली. या गावात बहुतेक जण माळकरी आहेत. मांसाहार सहसा कुणी करत नाही. असो. शहरात जाऊन गावाकडं परतायला सहसा कुणी तयार होत नाही. मुंबईतला कोकणी माणूस मात्र मुंबईत राहून गावाच्या विकासाच्या कल्पना राबवतो. गावाकडं वारंवार जातो. इतरत्र असं खूप मोठ्या प्रमाणात जाणवत नाही. सध्या ग्रामपंचायतीच्या मोकळ्या जागेत आणि नंतर स्वतःच्या जागेत वाचनालय विकसित करण्याचा ॲड. पवार यांचा विचार आहे.

कार्यक्रमाआधी गावाला एक चक्कर मारली. मुठीत मावू शकेल अशा या सगळ्या गावाला चक्कर मारताना वेळ लागला नाही. चक्कर मारताना एक दृश्य दिसलं आणि मन थोडं हळहळलं. बहुतेक जुनी घरं बंद होती. काही काळाच्या ओघात कोसळली होती. अनेक वर्षं आपलं शरीर टिकवून धरणाऱ्या घरांचे अवयव विखुरल्यासारखे वाटत होते. घरांचे अनेक ढिगारे झाले होते. त्यावर गवत उगवलं होतं. झुडपं उगवली होती. गावाला फेरा मारल्यानंतर ॲड. पवार यांना पहिला प्रश्न विचारला : 'गावाचं हे असं का झालंय? गाव कोसळतंय का? आणि बऱ्यापैकी आर्थिक स्थिती असूनही गावाला ठिकठिकाणी तडे का गेले आहेत?'

ॲड. पवारांनी दिलेली माहिती मोठी मजेशीर होती. गाव बागायती झाल्यावर बहुतेक शेतकरी गाव सोडून मळ्यात राहायला गेले. तिथं काहींनी बंगले बांधले. काहींनी मोठी घरं बांधली. गावात राहून आता दूरवरची शेती करता येत नाही. बागायती शेतीवर सतत नजर ठेवावी लागते. त्यातच मजुरांची कमतरता आहे. पूर्वी मळ्यात मजूर राहायचे. ते शेतकऱ्यांची शेती कसायचे. आता असं घडत नाही. अनेकांनी गाव सोडणं पसंत केलं. मळ्यात ठिकठिकाणी घरं उभी राहू लागली; पण त्यांना गावासारखं स्वरूप नाही. अंतराअंतरावर ती उभी आहेत. एका शेतात तीन भाऊ असतील तर तीन ठिकाणी त्यांची घरं उभी राहिली. घरं चांगली, पक्की, आधुनिक असली तरी समूहजीवन आणि गावपण ती गमावून बसली. गावात आता राहायला कुणीच तयार नाही. त्यामुळं गावाच्या विकासाच्या कल्पनाही मागं पडल्या. रात्री-अपरात्री आणि दिवसाही गावात खूप कमी माणसं दिसतात. ज्यांना शेती नाही, जे केवळ मजूर आहेत ते गावात राहतात. शेतावर

काम करून मागं परततात आणि जमिनीला चिकटलेली म्हातारीकोतारी वगळता गावात कोण राहणार आता?

फक्त शिंदवडमध्येच असं घडतंय, असं कुणी समजायचं कारण नाही. महाराष्ट्रात अनेक गावं मळ्यात स्थलांतरित झाली आहेत. विखुरलेल्या घरांमुळं गाव डोळ्यात मावत नाही. गावानं स्थलांतर करण्यामध्ये काही नवं नाही. अनेक दुष्काळी गावं काही महिन्यांकरिता रोजगारासाठी शहरातल्या फुटपाथवर बसतात. पुन्हा मागं वळतात. प्रकल्पग्रस्तांचं असंच होतं. कधी अन्य कोणत्या ना कोणत्या कारणासाठी गाव धावतं. डुलत बाहेर पडणारी गावंही काही कमी नाहीत. आता त्यांचा प्रवास शेताकडं-मळ्याकडं सुरू आहे. म्हणजे दोन-दोन गावं तयार होताहेत. एक जुन्या ठिकाणी राहणारं आणि दुसरं मळ्याच्या वाटेला लागणारं...मळ्यात राहून

शेती मस्तपैकी करता येते; पण नागरी सोयी-सुविधा गावाप्रमाणे मिळवता येत नाहीत. तुकड्यातुकड्यासाठी स्वतंत्रपणे सुविधा तयार करता येत नाहीत; पण काहीही असो; स्वेच्छेनं आणि आनंदानं हे स्थलांतर होत आहे.

महात्मा गांधी म्हणाले होते : 'शहरं सोडून गावाकडं चला.'

डॉ. बाबासाहेब आंबेडकर म्हणाले होते : 'गावं सोडून शहराकडं चला'

आणि सध्याची रीत आहे : 'गावं सोडून मळ्याकडं चला...!'

उत्पादनाची साधनं, विकासाची साधनं माणसालाच नव्हे, तर त्याच्या गावाला कुठं नेतील, हे काही सांगता येत नाही.

मळ्याकडं धावणाऱ्या गावांचे दीर्घकालीन परिणाम काय, यावर चटकन भाष्य करता येणार नाही, अशी स्थिती आहे.

१४ मे २०१७

■ ■ ■

इस्तुती श्रीलंका

मुंबईहून कोलम्बोला जाणारं विमान भंडारनायके विमानतळावर २५ मिनिटं अगोदर म्हणजे पहाटे पाचला पोहोचलं. विमानतळाबाहेर गाजन नावाचा गाईड हातात फलक आणि पावसाची रिमझिम घेऊनच उभा होता. खरंतर हवामान खात्याच्या अंदाजानुसार आज पाऊस पडणार नव्हता. ग्लोबल वॉर्मिंगमध्ये स्वतःच्या लहरीनुसार येणारा पाऊस कोणत्याही अंदाजाला सहसा दाद देत नाही. पूर्णपणे उजाडल्यानंतर रस्त्यावर दोन प्रकारची होर्डिंग्ज दिसली. एक म्हणजे, भारताचे पंतप्रधान नरेंद्र मोदी यांच्या स्वागताची. बुद्धपौर्णिमेला सायंकाळी ते श्रीलंकेत येणार होते आणि दुसऱ्या दिवशी म्हणजे, ११ मे रोजी मायदेशी उड्डाण करणार होते. बुद्धांची किंवा मोदींची होर्डिंग्ज अंगावर येणारी नव्हती. एकदम साधी. सुटसुटीत. बुद्धांच्या होर्डिंग्जवर फक्त बुद्धांचा फोटो होता आणि मोदींच्या होर्डिंग्जवर त्यांच्यासह श्रीलंकेच्या राष्ट्रपतींचा फोटो होता. आपल्याकडं समारंभ कुणाचाही असो, गावगन्ना पुढाऱ्यांचे आणि त्यातही काळ्या व्यवहारातून बदनाम चेहरे धारण करणाऱ्यांचे फोटो असतात. प्रवासी-वाहनांना ताशी ६० किलोमीटरपेक्षा अधिक वेग पकडण्याची परवानगी इथं नाही. अगदी अपवादात्मक परिस्थितीतच हॉर्न ऐकू येतो. सर्वसामान्य नागरिकही वाहतुकीच्या नियमांचा आदर बाळगणारा. रस्ता ओलांडण्यासाठी झेब्रा क्रॉसिंगच पकडणारा...कुठं 'भागो, भागो' नाही...'पकडो, पकडो' नाही. कारण, पकडण्यासाठी पोलिसही मुबलक नाहीत. घाईचा आणि शांततेचा प्रवासही आपला विवेक बाळगून आणि नियमांचा आदर बाळगून करायचा आहे. आपल्याकडं रस्ता प्रत्येकाचा असतो म्हणून की काय, प्रत्येक जण स्वतःच्या सोयीचे नियम करून धावत असतो. मागं-पुढं अपघाताची सावली घेऊन...

मोदींच्या दौऱ्याच्या पार्श्वभूमीवर दोन-चार सर्वसामान्य नागरिक आणि रिक्षाचालकाला मोदींविषयी विचारलं. "तुम्हाला मोदी आवडतात का?'' यावर मोडक्यातोडक्या इंग्लिशमध्ये ते म्हणाले : ''येस येस...ग्रेट लीडर...'' श्रीलंकन लोकांचं उत्तर ऐकून आनंद वाटला. ''मोदी का आवडतात'' यावर ते म्हणाले : ''ते आम्हाला मदत करतील.'' भारताची

श्रीलंकेला मदत ही काही नवी गोष्ट नाही. वर्षानुवर्षं ती सुरू आहे. श्रीलंकेच्या बाजारात ८०-९० टक्के वस्तू भारतीय बनावटीच्या. त्यांची करन्सीही आपणच छापून देत असू. लिट्टे (लिबरेशन टायगर्स ऑफ तमीळ ईलम) आणि श्रीलंका यांच्यात जवळपास २५ वर्षं चाललेल्या युद्धात श्रीलंकेला भारतानं सगळ्या प्रकारची मदत केली होती. आपला तगडा राष्ट्रीय नेता राजीव गांधीही आपण गमावला. त्यांच्या खुन्यांना सोनिया गांधी यांनी माफ केलं होतं. या सगळ्या घटना-घडामोडींनंतरही आपण मदत थांबवली नव्हती. दोन राष्ट्रांमध्ये बंद पडलेला समुद्रप्रवासही लवकरच सुरू होणार असल्याची चर्चा श्रीलंकेत होती. हे सगळं सांगायचं कारण म्हणजे, श्रीलंकेला मदत करण्यात भारताची जी भूमिका होती, तिच्याही पुढं चीननं हनुमानउडी मारून श्रीलंकेला आपल्या बगलेत घेण्याचा प्रयत्न चालवला आहे. मोठमोठे प्रकल्प, त्यातही किनाऱ्याशेजारी प्रकल्प, भव्य गृहप्रकल्प, औद्योगिक प्रकल्प यात चीननं प्रवेश केला आहे. सर्व प्रकल्प गतिमान बनले आहेत. या प्रकल्पांचा श्रीलंकेला आधुनिक आणि बलवान होण्यात खूप फायदा होणार आहे. या प्रकल्पांवर काम करण्यासाठी स्वस्तात मजूर मिळावेत, यासाठी त्यांनी श्रीलंकन मजुरांचा नाद सोडला. आपले अंदाजे दोन लाख मजूर लंकेत घुसवले आहेत. ते स्वस्त दरात उपलब्ध होतात. श्रीलंकेतल्या बिगाऱ्याची मजुरी रोज हजार-पंधराशे रुपये असते. श्रीलंकेच्या चलनाचं नाव रुपये आहे. भारताच्या एका रुपयाला त्यांचे अंदाजे दोन रुपये मिळतात. चिनी मजूर लाखोत घुसत असल्यानं स्वाभाविकच स्थानिक मजुरांचा प्रश्न निर्माण झाला आहे. खासगीकरण आणि औद्योगिकीकरणामुळं रोजगारनिर्मिती वाढली; पण ती चिन्यांनी मिळवली. कोलंबोत भव्य अशी चायनीज मार्केट आहेत. श्रीलंकेत ७१ टक्के बुद्धिस्ट, १२ टक्के हिंदू, ९.५ टक्के मुस्लिम आणि ख्रिस्ती साडेसात टक्क्यांच्या आसपास आहेत. विशेष म्हणजे, गेल्या काही वर्षांत इथं हिंदूंची लोकसंख्या अंदाजे दोन टक्क्यांनी कमी झाली, तर मुस्लिमांची तेवढ्याच टक्क्यांनी वाढली. 'सरकार विरुद्ध लिट्टे' या युद्धाचाही तो एक परिणाम असावा. वर्षानुवर्षं सगळ्याच क्षेत्रांत आपल्या कुशीत असणाऱ्या श्रीलंकेला मदत करण्यात भारताला आणखी पुढं जावं लागणार आहे. एकेकाळी भारताप्रमाणे श्रीलंकेतही सत्ता गाजवणारे इंग्रजसुद्धा मोठमोठे प्रकल्प घेऊन श्रीलंकेत प्रवेशकर्ते होत आहेत. एका युरोपीय उद्योजकानं श्रीलंकेत साखर कारखाना काढण्यासाठी चार-सहा हजार एकर जागेची मागणी केली. सरकारनं ती मान्य केली. त्यावरून एका विरोधी पक्षानं व्यापक जनआंदोलन उभं केलं. आपल्याकडं अशी आंदोलनं कधी उदय पावली आणि कधी लोप पावली कळलं नाही.

मोदी यांच्या दौऱ्यादरम्यानच श्रीलंकेत एक राजकीय पेचप्रसंग तयार झाला. पंतप्रधानांशी चर्चा न करता मंत्रिमंडळात बदल करण्याचा अधिकार राष्ट्राध्यक्षांना आहे का? काठाच्या बहुमतावर सर्कस खेळणाऱ्यांना, असे प्रश्न खूप भेडसावतात. भारतात काठ

संपून आता पाशवी बहुमताचं राजकारण सुरू आहे. टोकाचा काठ आणि पाशवी बहुमत दोन्ही गोष्टी लोकशाहीशी मैत्रीपूर्ण राहतीलच असं नाही. बलवान लोकशाहीसाठी दुबळा विरोधी पक्ष चालत नाही; पण असो. कारण, शेवटी हे सगळं लोकच घडवत असतात. सतत युद्धजन्य स्थितीत राहणाऱ्या देशाला मात्र असं टोकाचं काही परवडत नसतं. अगदी टोकाचा चीनही.

हत्ती हा श्रीलंकेचा तसा राष्ट्रीय प्राणी. देव, धर्म, संस्कृती, परंपरा, कृषिव्यवस्था यात हत्ती भरून पावला आहे. पर्यटनाच्या बाबतीतही हत्तीचा मोठ्या खुबीनं वापर करून घेण्यात आला आहे. परदेशी पर्यटकांसाठी दोन-तीन हजार रुपये तिकीट घेऊन गजदर्शन घडवलं जातं. हत्तीला अंघोळ कशी घातली जाते, छोट्या हत्तींना बाहेरून दूध देऊन त्यांचं संगोपन कसं केलं जातं, अंघोळीसाठी हत्तींचा जथ्था कसा मिरवणुकीनं निघतो, हत्तीला फळांचं खाद्य कसं द्यायचं वगैरे सगळ्या गोष्टी प्रदर्शनाद्वारे दाखवल्या जातात. हत्तीतून निर्माण होणारा नफा उत्पन्नाचं एक प्रमुख साधन आहे.

आपल्याप्रमाणेच चहाच्या मळ्यासाठी श्रीलंका कितीतरी वर्षांपासून प्रसिद्ध आहे. सुमारे दोन लाख कर्मचाऱ्यांच्या मदतीनं जगातलं चौथ्या क्रमांकाचं चहाचं उत्पादन इथं तयार होतं. चहा वगळता श्रीलंकेचं खास काही उत्पादन नाही. चहाचं क्षेत्र मात्र वाढत वाढत जाऊन ते एक लाख ८५ हजार हेक्टरच्या आसपास पोहोचलं आहे. नुवारा डलिया इथं चहानिर्मितीचा एक अत्याधुनिक प्रकल्प आहे. चहाचं पान ते चहाची वेगवेगळ्या प्रकारची चहापूड इथं दाखवली जाते. सर्व निर्मितीप्रक्रिया दाखवल्या जातात. जगात सगळ्यात महाग असलेला पांढरा आणि स्वस्तातला काळा चहा इथं दाखवला जातो. चहाची चव चाखण्यासाठी आणि नंतर खरेदीसाठी झुंबड उडत असते. चहाच्या कारखान्यासमोर दगडाची एक शिळा आहे. तीवर चहामाहात्म्य लिहिलेलं आहे. इंग्लिशमध्ये लिहिलेल्या आणि जणू काही सुविचार वाटावा अशा वाक्यांचा मराठीत अर्थ होतो : 'जर माणसाच्या शरीरात चहाचा अंश नसेल तर सत्य आणि सुंदरम् समजून घेण्याच्या बाबतीत तो अक्षम ठरतो.' डोंगराच्या माथ्यांना चाटत जाणाऱ्या नागमोडी रस्त्यावरून चहाचे मळे पाहताना, तिथून फिरताना होणारा आनंद मोठा विलक्षण असतो.

दहा तारखेला येणाऱ्या बुद्धपौर्णिमेची तयारी दोन-चार दिवस अगोदरच सुरू होती. शुभ्र रंगाचे कागदी किंवा कापडी आकाशकंदील वाटावेत असे दिवे रस्ते, घरं, उंच उंच इमारती, शासकीय कार्यालयं, सरोवरं आणि समुद्रकिनारे यांच्याभोवती झळाळत होते. या दिव्यांची विक्रीही मोठ्या प्रमाणात असते. सर्वत्र रंगरंगोटी आणि आनंदाचं वातावरण होतं. मंकच्या (भन्ते) मिरवणुका निघत होत्या. हत्तीच्या पाठीवर रोषणाईत झळकणारी वस्त्रं होती. वाद्यांचा मंगल गजर होत होता. पाहावं तिकडं या मिरवणुका होत्या. जवळपास आठवडाभर हा उत्सव चालतो. जगभरातले अनेक लोक खास बुद्धपौर्णिमेसाठी येत असतात. ४०-४५

सेल्सिअस तापमानही सुखद वाटावं असं वातावरण तयार होतं.

रस्त्यारस्त्यावर लोकांना अडवून जलदान, फलदान, गोड्या पदार्थांचं दान, शीतपेयदान असं मोठ्या प्रमाणात केलं जातं. दान घेणारा दिसला की ते करणाऱ्या तरुणाईच्या चेहऱ्यावर आनंदच आनंद दिसायचा. वाहनं थांबवून दान केलं जायचं. बसमध्ये जाऊन सुखद, आनंददायी प्रसाद दिला जायचा. दोन दिवस हे सगळं असंच चाललं होतं. सरकारी कार्यालयं आणि उद्योगधंद्यांना सुट्ट्या असतात. बुद्धांचा जन्म, ज्ञानप्राप्ती, महापरिनिर्वाण मे महिन्यातच. श्रीलंकेत वशाक (वैशाख) म्हणतात.

श्रीलंकेत पर्यटकांसाठी बौद्धठिकाणं खूप आहेत. भगवान बुद्धांच्या वेगवेगळ्या रूपांतल्या अतिशय सुंदर आणि भव्य मूर्ती इथं आहेत. जगातली सगळ्यात उंच मूर्ती बनवण्याचं काम नुकतंच पूर्ण झालं आहे. अन्य ठिकाणीही गुहा आणि डोंगराच्या माथ्यावर बुद्धांच्या मूर्ती उभ्या आहेत. ध्यानग्रस्त बुद्ध, आशीर्वाद देणारे बुद्ध, स्मित करणारे बुद्ध, प्रवचन करणारे बुद्ध वगैरे मूर्ती लक्ष वेधून घेतात. कँडीमध्ये 'टेम्पल ऑफ टूथ' म्हणजे बुद्धांचा दात असलेलं भव्य मंदिर आहे. या दाताविषयी खूपच आख्यायिका आहेत. 'बुद्धांचा दात कुणालाच नष्ट करता येत नाही...कारण, तो आकाशाएवढा मोठा होतो,' 'दाताची विटंबना केल्यास आपत्ती कोसळतात' वगैरे वगैरे. आपले पंतप्रधान नरेंद्र मोदी यांनीही याच मंदिराला भेट दिली. डाम्बुला इथं प्रचंड गुहांमध्ये बुद्धांच्या शेकडो मूर्ती आहेत. बाहेर एका गुहेचा आकार नागासारखा (कोब्रा केव्ह), तर दुसऱ्या गुहेचा आकार 'ए' या इंग्रजी आकारासारखा आहे. जेतवन, अभयगिरी, रॉक टेम्पल अशी कितीतरी नावं सांगता येतील. सीता जिथं राहत होती ते अशोकवन, सम्राट अशोकाच्या मुलानं भारतातून नेलेला बोधिवृक्ष वगैरे पर्यटकांना खेचून घेतात. बहुतेक सर्व बौद्धधर्मीय तीर्थस्थानांजवळ विष्णू, गणपती आणि कार्तिकेय यांच्या मूर्ती आहेत. इतरत्र भव्य चर्च आहेत. मशिदी आहेत. बहुसांस्कृतिकवाद जपणारा श्रीलंका बुद्धजयंतीला जागतिक दिन करण्यात यावा, अशी मागणी करतोय. बुद्धांचं तत्त्वज्ञान अव्वल स्वरूपात ठेवलं ते याच देशानं. २५ हजारांहून अधिक भिक्खू सुमारे सहा हजारांहून धार्मिक क्षेत्रांत विखुरलेले आहेत. अलीकडं लष्कराचा जसा शासनावर परिणाम आहे, तसा तो भन्तेंचाही आहे, असं म्हणतात. केवळ पूजा-अर्चेचं कामच ते करत नाहीत, तर विचारवंत, प्राध्यापक, समाजकार्यकर्ते, शिक्षक, विपश्यना आदी क्षेत्रांतही ते आहेत. श्रीलंकेतला कुणीही माणूस धन्यवाद देण्यात आघाडीवर असतो. तुम्ही विमानात चढला, उतरला, तुम्ही खरेदी केली, पैसे भागवले तर श्रीलंकन नागरिक त्यांच्या भाषेत सहजच 'इस्तुती' किंवा 'स्तुती' म्हणजे धन्यवाद म्हणतात. मग आपणही म्हणतो : 'इस्तुती श्रीलंका'!

२१ मे २०१७

■ ■ ■

सर्वहारांच्या वेदना

हातकणंगले (जि. कोल्हापूर) तालुक्याच्या एका टोकावर म्हणजे पेठवडगावला अगदीच लागून भादोले प्रकल्प वसाहत क्रमांक दोनमध्ये आंबेडकर जयंतीचा कार्यक्रम होणार होता. शाहू उत्कर्षनगर ढाकाळे हे ते ठिकाण होतं. कार्यक्रमाचं प्रास्ताविक करायला गणपत सोनवणे उठले आणि प्रकल्पग्रस्तांच्या अडचणींचा पाढा वाचू लागले. त्यांनी उपस्थित केलेले प्रश्न अस्वस्थ करणारे तर होतेच; शिवाय आपल्या विकासाच्या कल्पना किती विषम वाटांवरून निघाल्या आहेत, हे सांगणारेही होते.

महाराष्ट्राचा आणि एकूणच देशाचा विकास करण्याचं ठरलं. त्यासाठी हालचाली सुरू झाल्या. धरणं बांधून, रस्ते करून, विमानतळं सुरू करून, अभयारण्यं वाढवून आणि आणखी काही काही तरी करून हा विकास घडवायचा होता. तो आवश्यक आणि अटळ होता. तो करण्यासाठी जमिनी घेण्यात येऊ लागल्या. त्यातून दोन घटक तयार झाले. विकासाचे लाभार्थी, हा एक घटक आणि विकासासाठी ज्यांनी आपली गावं, शेती, जमिनी, झाडं सगळं काही गमावलं तो दुसरा घटक, म्हणजे विस्थापित. अर्थात, जगभरच हे सगळं घडत होतं. विकासासाठी जागा घेतल्या जात होत्या. महाराष्ट्रात ६०-७० वर्षांपासून हे सगळं घडत होतं. प्रथम महाकाय कोयना धरण तयार झालं. त्यातून महाराष्ट्राला उजेड मिळाला. लाखो एकर शेतीला पाणी मिळालं. तो भाग आणि तिथली माणसं सधन झाली. त्यानंतर पाठोपाठ धरण उभारण्याची मोहीम सुरू झाली. ती आवश्यक होती आणि अजूनही आहे; पण त्यातून स्वाभाविकच प्रचंड प्रमाणात विस्थापितही तयार होऊ लागले. या सगळ्यांचं पुनर्वसन कुठं आणि कसं करायचं, त्यांच्या त्यागातून तयार झालेला विकास त्यांच्यापर्यंतही कसा आणि किती पोहोचवायचा, या विकासात त्यांना वाटेकरी करायचं की नाही आणि कसं करायचं, असे अनेक प्रश्न निर्माण झाले आणि त्याचं रूपांतर आंदोलनात झालं. पश्चिम महाराष्ट्रात खूप प्रकल्प आणि विस्थापितही तयार झाले. क्रांतिसिंह नाना पाटील, व्ही. एन. पाटील, दत्ता देशमुख, नागनाथअण्णा

नायकवडी, भारत पाटणकर ते अलीकडं प्रतिभा शिंदे, धनाजी गुरव आणि शासकीय सेवेतून निवृत्त झालेले गणपत सोनवणे यांच्यापर्यंत अनेकांनी विस्थापितांचे लढे उभारले. तुरुंगवास भोगला. आयुष्यभर हेच काम ते करत राहिले. यातून काहीच घडलं नाही असं नाही. खूप काही घडलं, हे खरं असलं तरी अजून खूप काही घडायचं आहे, हेही तितकंच खरं आहे.

थोडंसं आकडेवारीत गेल्यावर विस्थापितांचा प्रश्न आणखी गांभीर्यानं पाहता येईल. महाराष्ट्रात ३३२ प्रकल्प सुरू झाले. पैकी १७५ पूर्ण झाले. या सगळ्या प्रकल्पांमुळं अंदाजे १९५० गावं बाधित झाली. त्यातून सुमारे अडीच लाख कुटुंबं उघड्यावर आली. एका कुटुंबात पाच जण होते, असं गृहीत धरलं तर लोकसंख्या सध्या १० लाखांच्या घरात जाईल. आतापर्यंत फक्त साडेनऊ टक्के म्हणजे १३ हजार ३०२ जणांनाच नोकऱ्या मिळाल्या. याचाच अर्थ ९०.३५ टक्के म्हणजे सव्वा लाख विस्थापितांना नोकऱ्या मिळायच्या आहेत. नोकऱ्यांची वाट बघत दोन पिढ्या खलास झाल्या.

धरणग्रस्त किंवा प्रकल्पग्रस्तांसाठी खूप चांगले कायदे झाले. खूप वेळा दुरुस्त्या झाल्या; पण अंमलबजावणी मात्र कासवगतीनं होत राहिली. प्रत्येक गोष्टीसाठी आंदोलनाचा धक्का दिल्याशिवाय शासन जागं होत नाही. 'आधी पुनर्वसन, मग धरण' असा कायदा असला तरी प्रत्यक्षात उलटंच घडतं. ६०-७० वर्षांपूर्वी कोयना धरणामुळं विस्थापित झालेल्या सगळ्यांचे सगळेच प्रश्न सुटलेले नाहीत. त्यानंतर झालेल्या प्रकल्पातल्या विस्थापितांचं असंच आहे. धरणग्रस्तांना प्राधान्यानं नोकऱ्या मिळायल्या हव्या होत्या; पण त्या मिळाल्या नाहीत. लागवडीयोग्य शेती मिळायला हवी होती; पण ती १५-२० टक्क्यांनाच मिळाली. शेती मिळेपर्यंत आणि तिला पाणी मिळेपर्यंत विस्थापित कुटुंबांना निर्वाहभत्ता मिळायला हवा होता. तो शासनानं प्रतिकुटुंब मासिक ६०० रुपये मंजूर केला. प्रत्यक्षात ४०० रुपये द्यायला सुरुवात केली. तोही तीन-चार वर्षांतून एकदा मिळू लागला. गंमत अशी आहे, की ज्यांच्या कुटुंबात दोन सदस्य असतील त्यांनाही ४०० आणि जिथं १० सदस्य असतील त्यांनाही ४०० रुपयेच. कल्पना करा, कुटुंब चार सदस्यांचं असलं तर प्रत्यक्षात रोज ३०-४० पैसे मिळतील. तेवढ्यात कपभर चहाही मिळू शकत नाही. आता हा नग्न निर्वाहभत्ता मिळतही नाही. सगळ्यांना महाराष्ट्र स्मार्ट करण्याची घाई, त्याला धावायला लावण्याची घाई, रोज विकासाची कोटीच्या कोटी उड्डाणं...पण विस्थापित झालेल्यांना मात्र काहीच नाही, असा हा प्रकार आहे. 'लागवडीयोग्य जमीन पाण्यासह मिळत नाही तोपर्यंत निर्वाहभत्ता प्रत्येक कुटुंबाला १५ हजार रुपये द्या आणि धरणग्रस्तांच्या मुलांना जोपर्यंत नोकरी मिळत नाही तोपर्यंत त्याला मासिक १० हजार रुपये भत्ता द्या,' अशी नवी मागणी पुढं आली; पण कल्याणकारी राज्य ही कल्पनाच गटांगळ्या खात असल्याच्या काळात तिच्याकडं कुणाचं लक्ष नाही. आता शेतकऱ्यांच्या कर्जमाफीचं आंदोलन सुरू आहे. ते यशस्वीही होईल; पण

प्रश्न उरतोय तो म्हणजे, सधन आणि निर्धन अशा सगळ्यांचीच कर्जं सरसकट माफ करायची काय आणि दुसरीकडं सर्वहारा बनलेल्या विस्थापितांकडं दुर्लक्ष करायचं काय?

प्रकल्पामुळं ज्यांना पाणी, वीज आणि भाव मिळाला ते गब्बर झाले. त्यांचा द्वेष करायचं कारण नाही; पण या विकासासाठी ज्यांनी आयुष्यापासून जमिनीपर्यंत सर्वस्वाचा त्याग केला, ज्यांचं गाव तुटलं, कुटुंबं तुटली, नाती तुटली, स्मशान आणि देवळं तुटली, त्यांचं काय, हा प्रश्न असाच लटकत राहिला आहे. देश ऑनलाइन झाला, कॅशलेस झाला, इथल्या श्रीमंतांची संख्या वाढली, स्टँडअप इंडिया, रनअप इंडिया झाला; पण या अखंडपणे ठसठसणाऱ्या वेदनांचं काय? या वेदनांच्या कथा-कादंबऱ्या, नाटकं-सिनेमा आणि राजकारणातल्या घोषणा झाल्या; पण विकासाचा स्पर्श त्यांना काही होत नाही. आपण सामाजिक न्याय वाटायला बसलो आहोत, असं सांगत सरकारनं तुफान कायदे केले; पण या कायद्यांना डोळे, हात, पाय आणि जागेवरून हलण्यासाठी गती मात्र दिली नाही. विशेष म्हणजे, महाराष्ट्रातले अनेक कायदे अन्य राज्यांनी राबवले; पण आपण कायदेपटू म्हणूनच राहिलो; अंमलबजावणीपटू काही झालो नाही.

आंबेडकर जयंतीत विस्थापितांचा प्रश्न मांडण्याची संधी सोनवणे यांनी घेतली, हे चांगलंच केलं. पुनर्वसन कसं करायचं, याच्या काही आदर्श कल्पना आंबेडकरांनी सांगितल्या आहेत. कल्याणकारी राष्ट्रातूनही त्या जन्माला आल्या आहेत. फुले-शाहू-आंबेडकरांनी शेतकऱ्यांच्या विकासाचा जेवढा पद्धतशीरपणे विचार केला आहे तेवढा आजच्या राज्यकर्त्यांनी केलेला नाही. आजच्या आंदोलकांना आजही 'शेतकऱ्यांचा आसूड' हाच ग्रंथ वाचावा लागतो. 'डोंगरी शेत माझं' ही सुर्व्यांची कविता शरद जोशींना म्हणावी लागली. 'बाई मी धरण बांधते' हे दया पवारांचं गाणं अनेकांना म्हणावं लागलं. याचं कारण आपल्या विकासाच्या कल्पना सनातन आहेत. पिळवणूक करणाऱ्या आहेत. 'जिस की लाठी उस की भैंस' असं सांगणाऱ्या आहेत. दुसऱ्याच्या त्यागातून ज्याला वीज, पाणी, रस्ता, विमान किंवा सेझ मिळालं, त्याचा विकासच विकास आणि जो त्यागमूर्ती बनला तो भकासच भकास. घर, जमीन, झाडं, शिव या सगळ्या गोष्टी केवळ जगण्याचं साधन नसतात, तर तो माणसाचा आत्मसन्मान असतो. आत्मसन्मान गमावलेल्या माणसाच्या अंगावर भरजरी वस्त्रं घालण्याचा कितीही प्रयत्न केला तरी तो नंगाच असतो. कारण, त्यानं आत्मसन्मानाच्या गोष्टी गमावलेल्या असतात किंवा त्या हिसकावून तरी घेतलेल्या असतात. विस्थापितांच्या वेदनांना आवाज देत, त्याचं आंदोलनात रूपांतर करत चार पिढ्या धरणाबाहेर, जागा मिळेल तिथं विस्कटल्या. अजून किती पिढ्यांचा विचार आपण करतोय?

२८ मे २०१७

■ ■ ■

माझ्या भावाला का कटवलं?

संध्याकाळी फिरायला जाताना शाळेसमोर एका मोठ्या दगडावर बसून बसची किंवा एखाद्या छोट्या-मोठ्या ठरलेल्या वाहनाची वाट पाहणारे विद्यार्थी मी रोजच पाहतोय... कधी कधी मी तिथं चहाच्या टपरीवर रेंगाळत चहा घेतो. निघून जातो. त्या दिवशी असाच टपरीवर थांबलो होतो. शाळेची बेल वाजली आणि वारुळातून मुंग्या बाहेर पडाव्यात त्याप्रमाणं विद्यार्थी बाहेर पडले. आपापल्या मुलांना घेण्यासाठी पालकांची बाहेर अशी गर्दी झाली, की विचारायला नको! कुणी पालक फोरव्हीलर, कुणी टूव्हीलर, तर कुणी पायीच आलेले होते. सायकली गायब झाल्या असल्या तरी एक-दोन पालक सायकल घेऊन आपल्या मुलांना नेण्यासाठी आलेले असतात. शाळेचा वॉचमन ट्रॅफिक कंट्रोल करणाऱ्या कॉन्स्टेबलच्या भूमिकेत जातो. शाळेनं दिलेला किंवा स्वतःच शिवून घेतलेला गणवेश घालून शिटी वाजवतो. काठी आपटतो. ट्रॅफिक कंट्रोल करत चिडतो. 'एवढी शहाणी माणसं; पण यांना कळत कसं नाही,' असं एक वाक्य उपरोधानं बोलून जातो. ज्या शहाण्यांच्या कानावर हे वाक्य पडतं, त्यांना काहीच वाटत नाही. कारण, ते रोजचंच असतं. ज्यांना हे वाक्य ऐकू जात नाही ते दिसंल त्या दिशेनं आपलं वाहन मुंगीच्या गतीनं घुसवत असतात. रोज एक चक्रव्यूह तयार होतो. आजचे...उद्याचे हे 'अभिमन्यू' रोज शाळा सुरू होताना आणि ती सुटताना हा चक्रव्यूह पार पाडतात. बाहेर आले की हुश्शऽऽ करतात. 'सुटलो बाबा एकदाचे,' अशी भावना त्यांच्या चेहऱ्यावर असते.

...तर या चक्रव्यूहातून बाहेर पडलेल्या तीन-चार मुली दगडावर येऊन बसल्या होत्या. त्यांना घेऊन जाणारा टेम्पो-कम-टॅक्सी कोणत्याही क्षणी पोहोचणार होती. कुणी केसावरून हात फिरवला, कुणी चेहऱ्यावरून रुमाल, तर कुणी सॅकमध्ये ठेवलेली आणि तळ गाठलेली पाण्याची बाटली बाहेर काढली. उरलंसुरलं पाणी संपवलं. या तीन मुलींपैकी एक अधिक उंचीची, एक मध्यम, तर तिसरी कमी उंचीची होती. पाचवी-सहावीच्या वर्गात

असाव्यात त्या. दगडावर बसलेली ती उंच मुलगी उठून उभी राहिली. मध्यम उंचीच्या मुलीवर नजर रोखत म्हणाली : ''हे बघ स्मिता, आपण दोघी मैत्रिणी आहोत की नाही?''

स्मिता : ''होय, आहोतच की!''

ती : ''आपण एकमेकींवर प्रेम करतो की नाही?''

स्मिता : ''होय.''

ती : ''आपण अशीच मैत्री ठेवणार आहोत की नाही?''

स्मिता : ''होय.''

या दोघींचं बोलणं आता शेजारची छोटीही ऐकू लागली. अशी मध्येच प्रश्नोत्तरं का सुरू झाली, हे तिच्या लक्षात आलं नसावं.

ही सगळ्यात उंच मुलगी आपली नजर स्मितावर आणखी खोलवर रोखत म्हणाली : ''आता एक थेट विचारू का?''

स्मिता : ''होय.''

ती : ''माझ्या भावाला तू कटवायला नाही पाहिजे होतं. स्मिते, अगं आपण एवढ्या जिवाच्या मैत्रिणी...सांग का कटवलंस माझ्या भावाला?''

प्रश्न ऐकून दोघीही चक्रावल्या; पण स्वतःला सावरत स्मिता म्हणाली : ''मी त्याला कटवलंय, असं तुला कुणी सांगितलं? त्यानंच मला कटवलंय.''

ती : ''काय पण सांगू नको. माझा भाऊ तसा नाहीय. सातवीत गेलाय. सीरिअस आहे तो. तूच भानगड केली असशील.''

स्मिता : ''हे बघ राणी, त्यालाच सगळं विचार...मला तर बाई तो मागं लागला की खूप टेन्शन यायचं...''

ती : ''अगं, तू रिस्पॉन्स कशाला देतेस?'

स्मिता : ''काय करणार? मैत्रिणीचा भाऊ पडला तो...किती मागं लागतो...घरावर चकरा मारतो. फोन करतो...एसएमएस करतो...हार्ट पाठवतो...तुला वाईट वाटू नये म्हणून मी कटले आणि त्यानंच कटवलं. आपली मैत्री नसती ना तर दिला असता शॉक...''

ती : ''अगं घरात कळायला लागलंय...खूप वाढवा होणार आहे. माझे आई-वडील तुझ्या घरी भेटायला येणार आहेत.''

स्मिता : ''बाई गं...पण तुझ्या भावामुळंच हे झालंय.''

ती : ''पण आता सोडून दे ना!''

स्मिता : ''हो, ट्राय करते.''

ती बोलण्यासाठी पुन्हा तोंड उघडणार तेवढ्यात हॉर्न वाजवत त्यांची गाडी आली. या तिघीही पटापट गाडीत चढल्या. बाकी पोरंही 'काका, काका चला... वेळ लावत जाऊ

नका,' असं म्हणत गाडीत चढली. गाडी निघाली.

त्या मुलींच्या संवादानं मी खूपच अस्वस्थ झालो होतो. १०-१२ वर्षांच्या पोरी; पण 'कटवा-कटवी'वर अगदी बिनधास्त बोलत होत्या. अलीकडंच 'काही अल्पवयीन मुला-मुलींचा प्रेमप्रकरणातून खून' अशा बातम्या वाचल्या होत्या. चालता चालताच मी माझ्या एका शिक्षकमित्राला फोन केला. त्याला हे दृश्य सांगितलं. तो म्हणाला : ''हे काहीच नाही. किरकोळ आहे. 'डोकं दुखतं', 'पोट दुखतं' म्हणून मध्येच काही पोरी आणि पोरं वर्गाबाहेर पडतात. बागेत जाऊन मिठ्या मारून बसतात. अनेकदा आम्ही पकडलंय. एकमेकांना चिठ्ठ्या-चपाट्या लिहितात. त्यांच्या मोबाईलमध्ये नको त्या पोझमध्ये फोटो दिसतात. अनेकदा हे फोटो पाहून आम्ही त्यांना डिलिट करायला लावले. एक पोरगी आपल्या ओठांचा, डोळ्यांचा सेल्फी काढायची. तो वर्गात व्हायरल करायची. अनेकदा तर यांच्या बॅगेत नको नको ते सापडतं. अगदी नको त्या गोळ्यांपासून सगळं...बाप रे बाप...''

मी म्हणालो : ''हे असं का घडतंय बालवयात आणि याला जबाबदार कोण?''

शिक्षक : ''कोण म्हणजे? आई-वडील. त्यांना कुठं ठाऊक असतं, की मुलं बाहेर काय करतात? आणि समजलं तरी ते काहीही करू शकत नाहीत. आम्हालाच सांगतात : 'लक्ष ठेवा.' पण वर्गाबाहेर आम्ही तरी कसं लक्ष ठेवणार...? वर्गात तरी काय करणार? शिकवणार की यांच्या डोळ्यांचा अभ्यास करणार...? त्यातही कायदा आहे, मारता येत नाही...रागावता येत नाही...''

शिक्षकानं सांगितलेला प्रकार ऐकून तर आणखीच अस्वस्थ वाटायला लागलं. फोन बंद करून चालू लागलो. मुलांनी भरलेली गाडी मला क्रॉस करून गेली. त्या मुली अजून काय चर्चा करत असतील...दहाव्या-बाराव्या वर्षी यांना प्रेम कसं कळायला लागतं...? प्रेमाऐवजी 'कटवलं' हा शब्द त्यांनी किती सहजपणे वापरला होता. आता आध्यात्मातले लोक याला 'कलियुग' समजतील...अध्यात्माबाहेरचे 'नवयुग' समजतील...युग कोणतंही असो, हा उद्याचा नवा समाज कुठं जाईल आणि काय घेऊन जाईल काही कळत नाहीय... काळ आणि काळातल्या पिढीला घडवण्यासाठीची आपल्या हातातली हातोडी आणि छन्नी कशी गायब झाली, काही कळत नाहीय...की दिली आपणच फेकून...?

४ जून २०१७

■ ■ ■

नवरीचं रडणं

त्र्यंबकेश्वर रस्त्यावर एके ठिकाणी भजी चांगली मिळतात, हे ठाऊक होतं. माझे मित्र आणि त्यांच्या मुलांसोबत ३० किलोमीटरचा प्रवास करत तिथं गेलो होतो. नाशिकमधल्या एका गरीब कुटुंबानं हॉटेल चालवायला घेतलंय. हॉटेलमध्ये वेटर म्हणून एक अल्पवयीन शाळकरी मुलगी. तिला म्हटलं, 'अल्पवयीन मुलांना मजूर म्हणून काम करता येत नाही,' त्यावर तिचं उत्तर : 'हॉटेल आमचंच आहे. वडिलांना सुटीत मदत करायला येते. शाळा सुरू झाली की नाही येणार...' या मुलीचं म्हणजे हिच्यासारख्या असंख्य मुला-मुलींचं उत्तर शासनाला कळलं असतं, तर बालमजूर प्रतिबंधक कायदा कदाचित वेगळा झाला असता. भजी खाऊन झाल्यानंतर जवळच १० किलोमीटरवरच्या चिखलवाडीत 'सर्वहारा परिवर्तन केंद्रा'नं नुकतीच खोदलेली विहीर पाहण्याचं ठरलं. चिखलवाडीत गेल्यानंतर जाणवलं, की शेतकऱ्यांच्या संपाला पाठिंबा देण्यासाठी पाऊस येणार...आदिवासींचाही तसाच अंदाज होता. मात्र, एकजण म्हणाला : ''सांगता येत नाही; आजकाल पाऊस भामटा झालाय.'' परतीच्या प्रवासात काळे ढग जमू लागले. मृद्गंध अनुभवायला मिळणार, असं वाटायला लागलं; पण भ्रमनिरास होऊ लागला. मृद्गंधासाठी पावसाचे थेंब जमिनीवर, मातीवर पडावे लागतात. रस्त्यावर असं काही नव्हतं. माती विरुद्ध सिमेंट अशा वन डे वॉरमध्ये माती बऱ्यापैकी हरली होती आणि सिमेंट जिंकलेलं होतं. रस्त्याच्या दुतर्फा गबर लोकांनी काँक्रिटची जंगलं उभं केली आहेत. पर्यावरण कायद्यानं त्यांच्यासाठी म्हणून अंग दुमडून घेतलेलं असावं.

आमच्याबरोबर असलेल्या मुलीच्या लग्नासाठी तिच्या आई-वडिलांनी हालचाली सुरू केल्याचं मलाही ठाऊक होतं. का कुणास ठाऊक; पण अनपेक्षितपणे एक प्रश्न पुढं आला आणि त्याचं उत्तर मुलीनं देऊन टाकलं. लग्नानंतर सासरी जाताना म्हणजे 'बिदाईच्या वेळी मी रडणार नाही,' असं ती एका झटक्यात सांगून मोकळी झाली. मला तिचं उत्तर

खूप आवडलं; पण बहुतेक नवऱ्या वर्षानुवर्षं माहेरशी असलेली नाळ अलगदपणे तुटताना रडतात, हेही सगळ्यांनाच माहीत आहे. माझ्या आईच्या वयाच्या अनेक महिला आजही माहेरून सासरी जातानाच नव्हे, तर माहेरची आठवण आली तरी रडतात. हे रडू वास्तवात आलं, साहित्यात आलं, चित्रात, शिल्पात, नाट्यात आणि हिंदी सिनेमात तर खूपच आलं. 'जा मुली जा' असेल किंवा 'बाबुल की दुवाएँ लेती जा' असेल, या गाण्यांनी रडण्याला उत्तेजन दिलं. लग्नाच्या वेळी अशी गाणी लागली, की रडण्याची कळ आपोआपच दाबली जाते.

बिदाईच्या वेळी मुलीनं म्हणजे नवरीनं रडावं की नाही, याबाबत काही नियम नाहीत. असताही कामा नयेत; पण परंपरा मात्र वेगवेगळ्या पद्धतीचं गणित मांडते. 'जी मुलगी मोठमोठ्यानं रडते, तिचं माहेरवर दांडगं प्रेम, तर जी मनातल्या मनात रडते तिचं कमी प्रेम आणि जी आत-बाहेर रडतच नाही तिचं प्रेमच नाही,' अशी काहीशी ही चुकीची गणितं आहेत. मुलगी जिथं जन्माला येते, ते नातेवाइकांचं जग सोडताना तिला स्वाभाविकच वाईट वाटतं. मुलगा होस्टेलमध्ये निघाला तरी रडणारे आई-वडील आहेत. मिलिटरीत निघालेल्या मुलांना निरोप देतानाही रडणारे आहेत. या रडण्यामागं गणित नसतं, तर भावना असतात. याशिवाय, मुलींना माहेरी असणारं थोडंफार स्वातंत्र्यही गमवावं लागतं. सासर नावाच्या नव्या जगाचा अंदाज नसतो. अजून बरंच काहीतरी असतं. संवेदनांचा जल्लोष होतो. अश्रूंच्या रूपात तो बाहेर पडतो; पण हे झालं कालचं-परवाचं. बहुतेक मुली आता

रडत नाहीत. याचा अर्थ त्या संवेदनाहीन आहेत असं नव्हे. रडूनच संवेदना व्यक्त होतात किंवा व्यक्त करता येतात असंही काही नाही. निवडलेल्या नव्या जगाला त्या आनंदानं सामोऱ्या जातात. जुने-नवे नातेसंबंध समजून घेतात. त्यांची एक वीणही तयार करतात. यातून मग परंपरेनंच एक प्रश्न तयार केला, की बिदाईच्या वेळेला रडायचं की नाही? 'आम्हाला रडू आलंच नाही' आणि 'आमचं रडू थांबलंच नाही' अशी टोकाची उत्तरं असतात. त्यांच्या त्यांच्या पातळीवर दोन्ही उत्तरं बरोबर असतात.

पाहता पाहता चर्चा 'गुगल'वर आली. बिदाईच्या वेळी कसं रडावं, यासंबंधीची खूप माहिती वेगवेगळ्या शीर्षकांखाली आहे. घरी आल्यानंतर मी ती वाचली. आश्चर्यच

वाटलं. ही माहिती म्हणजे संवेदनांचं किंवा रडण्याचं मॅनेजमेंटच आहे, जसं इव्हेंट मॅनेजमेंट असतं तसं. 'रडण्यासाठी पाच महत्त्वाच्या टिप्स', 'रडण्यासाठी दहा महत्त्वाच्या टिप्स', 'कसं रडावं, किती रडावं' आणि 'एवढा सगळा अभ्यास करूनही रडू आलंच नाही तर काय करावं,' याची उत्तरंही तिथं आहेत. रडणाऱ्या आणि न रडणाऱ्या महिलांचे अनुभव आहेत. सुंदर फोटो आहेत. मोक्याच्या वेळी रडण्यानं आणि त्यातून येणाऱ्या आसवांनी दगा दिला तर काय करायचं, याची उत्तरंही 'रडण्यासाठीच्या गाइड'मध्ये आहेत. नाटक-सिनेमात कधीही रडण्यासाठी जी तंत्रं वापरतात, त्यांचा उपयोग कसा करावा...डोळ्यांच्या खाली, भुवयांना सजवण्यासाठी जे काही वापरलं जातं, त्यातच विशिष्ट वेळेनंतर रडू येण्यासाठी काहीतरी मिसळावं; रडू येईल...रडू येण्यासाठी दुःखद प्रसंग बोहल्यावर कसे आठवावेत...अशा बऱ्याच टिप्स आहेत. त्या वापरून रडण्यात यशस्वी झालेल्या महिलांचे अनुभवही आहेत. आता हे सगळं 'मोले घातले रडाया...'सारखं कोण घडवतं, का घडवतं हा प्रश्न उरतोच. मातृप्रधान व्यवस्थेच्या काळात असं काही घडत नसावं. नवरीकडं नांदायला जाणारा नवराच रडत असावा किंवा 'आपण पुरुष आहोत, रडायचं कसं,' असा एक गर्विष्ठ प्रश्नही त्याच्या मनात निर्माण होत असावा. ऐनवेळी रडण्यासाठी काय काय युक्त्या लढवाव्यात, याची खूप माहिती गुगलवर आहे. मुळात माणसाला

रडायचं कसं हे शिकवायचं की लढायचं कसं हे शिकवायचं, हा तर प्रश्न आहेच; पण रडण्याचा इव्हेंट केला जात असल्याच्या काळात याचा विचार कोण करणार? 'खावं कसं' याच्या कार्यशाळाही 'उपचार-नवसंस्कार' या नावाखाली वर्ष-दोन वर्षांच्या मुलांसाठी महानगरात घेतल्या जातात. अर्थात ही सगळी बडी मंडळी असतात. हाताला-ओठाला अन्नाचा कण, पाण्याचा थेंब लागणार नाही, याची काळजी ते घेतात. 'इटिंग कल्चर' म्हणतात त्याला. त्यापाठोपाठ आता हे 'क्राइंग कल्चर...!' कळत नाहीय, मानवी मनातल्या मूलभूत-नैसर्गिक संवेदनांवर आणखी कसली कसली आवरणं चढवली जाणार आहेत. संवेदना व्यक्त करण्याची सक्ती असत नाही. तो उपचारही असत नाही. मग हे असं का घडतंय...? सगळ्यांनी मिळून उत्तरं शोधू या...!

११ जून २०१७

■ ■ ■

इतिहास बनला 'ज्ञानोदय'

कोणताही इतिहास लिहिण्यासाठी वेगवेगळी साधनं वापरली जातात. मौखिक परंपरेपासून निसर्गातल्या खाणाखुणांपासून शिल्पापासून, वस्तू आणि अक्षरांपासून डोंगर आणि मातीपर्यंत अनेक साधनं असतात. या सगळ्यात भर टाकणारं एक विधान प्रसिद्ध विचारवंत गं. बा. सरदार यांनी केलं आहे, ते म्हणजे सन १८०० नंतरच्या महाराष्ट्राचा दीड-दोनशे वर्षांचा इतिहास लिहायचा असेल तर 'ज्ञानोदय'शिवाय दुसरं साधन नाही. अर्थात, इतिहास म्हणजे केवळ लढाया, शस्त्रांचा खडखडाट, तांबडे-पांढरे झेंडे, मुडद्यांच्या राशी नव्हेत. मानवी जीवनाच्या म्हणजेच त्याच्या समग्र वाटचालीचा सम्यकपणे घेतलेला एक्स-रे म्हणजे इतिहास असतो. अर्थात, आपल्याकडं तो अभावानंच असतो. बहुतेक वेळा आपला इतिहास जो कुणी लिहिणारा असतो, त्याच्या चष्म्याचा रंग घेऊन अवतरत असतो. स्वाभाविकच तो रंगाढंगात अडकून कलहाचं साधन ठरतो. मग कुठून तरी भावना-श्रद्धा येते, ती इतिहासाच्या मानगुटीवर बसते. 'मीच इतिहास, मीच वर्तमान, मीच साक्ष आणि मीच पुरावा' म्हणते. बस्स, श्रद्धावगळता सगळ्या गोष्टींना आव्हान देता येतं.

हे सगळं आठवायचं कारण म्हणजे 'ज्ञानोदय'ची १७५ वर्षं. या कार्यक्रमाला जाण्याचं ठरवलं. सरदार यांच्या विधानाची खूप मदत झाली. 'ज्ञानोदय'विषयी आणि 'ज्ञानोदय'चं मूळ अंक जसे मिळतील तसे वाचू लागलो. जणू काही लॉटरीच लागली होती. १९९७ मध्ये ''ज्ञानोदया'च्या पानातून महाराष्ट्राच्या प्रबोधनाचा मागोवा' हा प्रा. सुधीर शर्मा आणि विजया पुणेकर यांनी संपादित केलेला एक ग्रंथ हाती पडला. इतिहासाचा एक पट नजरेसमोर उभा राहू लागला. 'ज्ञानोदय'चं एकेक पान सोपान होऊन इतिहासाकडं नेऊ लागलं. अमेरिकेतून भारतात आलेल्या मिशनऱ्यांनी 'ज्ञानोदय'ची कल्पना अमलात आणायचं ठरवलं. अर्थात, सातासमुद्राहून आलेले हे मिशनरी धर्मप्रसारासाठीही आले होते आणि सुधारणांसाठीही. प्रेमावर उभा राहिलेला येशूचा धर्म त्यांच्याबरोबर होता. अत्युच्च सेवा करण्याचं बळ त्यांच्याकडं होतं. साधनंही होती.

सन १८००चं शतक म्हणजे ज्ञान, विज्ञान, धर्मसुधारणा, धर्मचिकित्सा यांचा

काळ होता. जगभर हा काळ पसरला होता. भारतही त्याला अपवाद नव्हता. मिशनरी येण्यापूर्वीही भारतात सामाजिक सुधारणांसाठीचे प्रयत्न सुरूच होते. शिक्षणक्षेत्रातल्या हालचाली वाढल्या होत्या. अशा परिस्थितीत रेव्हरंड हेन्री बॅलन्टाईन यांनी 'ज्ञानोदय'ची मुहूर्तमेढ रोवली. २० जून १८४२ ला पहिला अंक निघाला. बॅलन्टाईन, ह्यूम, पाळे ते सावरकर, मॅकनिकल, एडवर्ड्स, रेव्हरंड नारायण वामन टिळक, देवदत्त नारायण टिळक यांच्यासारखे अनेक संपादक 'ज्ञानोदय'ला लाभले. तत्त्वज्ञान, इतिहास, नीतिशास्त्र, धर्मशास्त्र, समाजशास्त्र, भाषाशास्त्र आदी अनेक विषयांत ते पारंगत होते. आपलं सगळं ज्ञान, कौशल्य पणाला लावून बातम्या, लेख यांच्यापलीकडं जाऊन त्यांनी इथल्या सामाजिक, शैक्षणिक, धार्मिक सुधारणा आदींना हात घातला. अमेरिका, युरोपमध्ये सुरू झालेली लोकशाही, धर्मनिरपेक्षता, स्वातंत्र्य, समता, न्याय आदी प्रवाह भारतातल्या मातीत रुजवण्याचे आणि त्यासाठी या मातीचाच गंध वापरण्याचे त्यांनी ठरवले. 'ज्ञानोदय' म्हणजे समग्र मानवी जीवनाचा जणू काही आरसा ठरला. 'ज्ञानोदय'नं नुसतंच प्रतिबिंब टिपलं नाही, तर टिपलेलं प्रतिबिंब कुरूप असेल तर ते सुरूप करण्याचा प्रयत्न केला. समकालीन विधायक, परिवर्तनवादी चळवळींना सक्रिय पाठिंबा दिला. त्यापैकी महात्मा फुले एक. 'ज्ञानोदय' म्हणजे जणू काही फुले यांच्या कार्याचा प्रवक्ता, समर्थक झाला होता. फुले यांच्या कार्यासाठी, मुक्तांनं लिहिलेल्या निबंधासाठी, शैक्षणिक क्रांतीसाठी बहुतेक सगळी पानं 'ज्ञानोदय'नं खर्च केली आहेत. सगळ्याच क्षेत्रांतला हा 'ज्ञानोदय' होता. तो व्यक्त करण्यासाठी मराठी भाषा अधिक सक्षम करण्यासाठी, तिचं व्याकरण संकलित करण्यासाठी मिशनऱ्यांनी खूप प्रयत्न केले आहेत. केवळ मराठीच्या प्रेमापोटी महाराष्ट्रातच कायमस्वरूपी स्थायिक झालेले मिशनरीही होते. 'ज्ञानोदय'नं ख्रिस्ती धर्मात सुधारणा घडवण्याचा प्रयत्न केला. खरंतर 'प्रोटेस्टंट' परंपरा होती. धर्माच्या नावानं चालणाऱ्या अनिष्ट गोष्टींना त्यांनं विरोध केला. सती असेल, बालविवाह असेल, विधवांचा प्रश्न असेल, जादूटोणा, चमत्कार असेल अशी धर्मावर आणि श्रद्धांवर साचलेली अनेक आवरणं उसवून सच्चा श्रद्धांना श्वास घेण्याची मोकळीक करून दिली. विशेष म्हणजे, इथल्या स्वातंत्र्यचळवळींना पाठिंबा दिला. लोकमान्य टिळकांची होमरूल चळवळ असेल किंवा त्यांच्या पुत्रानं म्हणजे श्रीधरपंत यांनी डॉ. आंबेडकरांच्या मदतीनं सुरू केलेली समता चळवळ असेल, राष्ट्रीय सभा असेल किंवा महात्मा गांधी यांची चळवळ असेल या सगळ्यांनाच 'ज्ञानोदय'नं मुक्तहस्ते पाठिंबा दिला. ख्रिस्तीसुद्धा हिंदुस्थानी आहेत, हेही ते पुन:पुन्हा ठणकावून सांगत राहिले.

गांधीजींना सामाजिक कार्याच्या प्रेरणा कुठं आणि कशा मिळाल्या, यावर आजही वेगवेगळ्या पद्धतीनं चर्चा चालते. येत्या ऑक्टोबरपासून गांधीजींची १५० वी जयंती सुरू होणार असल्यानं आणखी चर्चा होईल; पण सरदार यांनी म्हटल्याप्रमाणे दक्षिण आफ्रिकेत मिशनऱ्यांचं काम पाहून गांधीजी खूप प्रभावित झाले. त्यांच्या कार्याच्या प्रेरणा इथंच सुरू

होतात. त्या इतक्या प्रबळ होतात, की ख्रिस्ती होण्याचा विचार ते व्यक्त करतात. पुढं पुढं 'धर्म बदलण्याऐवजी आहोत त्या धर्मात सुधारणा करून तो चांगला बनवावा,' असं ते ठरवतात.

'ब्रिटिश हे ख्रिस्ती होते आणि त्यांनी केलेलं कृत्य योग्यच आहे,' असं धार्मिक नजरेतून 'ज्ञानोदय'नं कधी पाहिलं नाही. जालियनवाला बाग हत्याकांडाला जबाबदार असणाऱ्या अधिकाऱ्यावर त्यानं खूप टीका केली आणि त्या अधिकाऱ्याला 'माणसं मारणारा महात्मा अशी पदवी द्यावी,' असा उपरोधही केला. स्वातंत्र्यासाठीच्या सगळ्या लढायांमध्ये 'ज्ञानोदय'ही विधायक भूमिका घेऊन उभा होता. अनेकदा लंडनच्या दरबाराला याचा त्रास व्हायचा; पण 'ज्ञानोदय'नं त्याचा विचार केला नाही. एक मुक्त माणूस, स्वातंत्र्य, समता, बंधुता यांची कवचकुंडलं लाभणारा समाज, ज्ञानाचं स्वागत करणारा, तंत्रज्ञानाला सामोरा जाणारा समाज 'ज्ञानोदय' पाहत होतं. या बाबींच्या आड येणाऱ्या बहुतेक गोष्टींना ते विरोध करत होतं. महाराष्ट्रात त्यानं इंग्लिश भाषा लादण्याचा कधी प्रयत्न केला नाही. उलट, महाविद्यालयीन शिक्षण मराठीतूनच द्यावं म्हणजे देशी भाषेतून द्यावं, असा आग्रह धरला. 'इंग्लिश हा एक विषय असावा, सगळंच इंग्लिशमध्ये असू नये,' अशी भूमिका मांडली. आपले कथित देशीवादी आज जे बोलतात ते १७५ वर्षांपूर्वी 'ज्ञानोदय' बोलत होता. प्लेग, पटकी या रोगानं माणसं मरू नयेत म्हणत गावोगावी लस पोहोचवण्यास 'ज्ञानोदय' प्रोत्साहन देत होतं.

काळ बदलला तशा भारतीय माध्यमांच्या भूमिका बदलत गेल्या. स्वातंत्र्यपूर्वकाळात स्वातंत्र्यासाठी संघर्ष बनलेली माध्यमं विचारपत्र, बातमीपत्र असा प्रवास करत व्यवसायापर्यंत पोहोचली; पण 'ज्ञानोदय'नं समग्र समाजपरिवर्तन, प्रबोधन, शिक्षण ही मूल्यं व्रत म्हणून वापरली. त्यात काही तडजोड केली नाही. दुर्दैवानं सगळ्या समाजासाठी असलेला 'ज्ञानोदय' पुढं पुढं एका विशिष्ट समूहाचा 'ज्ञानोदय' बनला हा भाग वेगळा; पण याही समाजानं १७५ वर्षं अथक आणि अखंडपणे प्रकाशनाची ही परंपरा टिकवून ठेवली. या गोष्टीला खूप महत्त्व आहे. जागतिकीकरणाच्या काळात माध्यमं ही व्यवसाय, भांडवल किंवा गुंतवणूक झाली. 'ज्ञानोदय' मात्र आपल्या अंगाखांद्यावर, पानापानावर परिवर्तनाच्या, इतिहासाच्या खुणा मिरवत राहिला. महाराष्ट्रात नगर जिल्ह्यात 'सरवडे'सारख्या छोट्याशा गावात राहून मुकुंदराव पाटील या सत्यशोधकी नेत्यानं सतत ५० वर्षं 'दिनमित्र' हे साप्ताहिक चालवलं. एकाच संपादकानं ५० वर्षं साप्ताहिक चालवण्याचा विक्रम झाला होता. 'ज्ञानोदय'चं तसंच झालं आहे. त्याचं बीजारोपण नगरमध्येच झालं होतं.एकेकाळी सर्व पुरोगामी, क्रांतिकारी,डाव्या विचारांचं माहेरघर असणारं नगरही 'ज्ञानोदय'च्या निमित्तानं विचारक्षेत्रात अजरामर होतं आहे.किती छान!

१८ जून २०१७

■ ■ ■

अस्वस्थ रस्ते

जूनच्या ४ तारखेला श्रीरामपूरमध्ये डॉ. जमधड यांनी आपल्या मातेच्या गौरवार्थ ठेवलेला एक मोठा कार्यक्रम आटोपून ५ जूनला दुपारपर्यंत मुकुंद भट यांच्यासाठी कऱ्हाडमध्ये पोचायचं होतं. 'पी. डी. पाटील प्रतिष्ठान'नं पत्रकारांसाठी ठेवलेला पुरस्कार भट यांना मिळणार होता. ४ जूनला सायंकाळपासूनच रस्त्यावर अदृश्य असा एक तणाव दिसत होता. दुसऱ्या दिवशी महाराष्ट्रातल्या शेतकऱ्यांचं बंद आंदोलन होणार होतं. खरंतर ते अगोदरच सुरू झालं होतं. कुठंतरी सरकारी वाहनं जाळण्यात आली होती. कुठं सरकारी कचेऱ्यांना टाळं ठोकण्यात आलं होतं. कुठं शेतमाल घेऊन जाणाऱ्या गाड्या अडवल्या गेल्या होत्या. कुठं कुणी मौनात गेलं होतं, तर कुणी मुंडण करून घेत होतं. आपल्या भावना आणि त्यातही व्यवस्थेविषयीचा संताप व्यक्त करण्यासाठी जमेल त्या मार्गाचा अवलंब सुरू होता. मध्येच धुक्यात हरवलेल्या अण्णा हजारेंनीही यानिमित्तानं उजेडात येण्याचा प्रयत्न केला. त्यावरूनही वादंग माजलं. एकूण काय तर अस्वस्थता! जमेल त्या मार्गांनी ती व्यक्त होत होती. या सगळ्या पार्श्वभूमीवर उद्या काय होणार, हा प्रश्न एकसारखा तरंगत होता.

सकाळी सहाला उठून फिरायला गेलो. पहाटे पहाटे उघडली जाणारी दुकानं आणि बऱ्याच टपऱ्याही बंद होत्या. बराच वेळ फिरत राहिलो. नाश्ता कुठं करायचा, हा प्रश्न निर्माण झाला. पहाटे फिरायला आलेल्यांच्या ओठांवरही 'आज काय होणार', असाच प्रश्न होता. एरवी असंघटित असणारा शेतकरी संघटित झाला होता. खरंतर यापूर्वीही तो संघटित होता; पण प्रत्येक वेळी त्याच्यामध्ये दुहीची बीजं पेरली जातात. त्याच्यावर सत्ता कुणाची असावी यातूनही दुही माजते. संघटना फुटतात. नवे नेते जन्माला येतात. नेतृत्व अधिक भक्कम करण्यासाठी ते शेतकऱ्यांच्या नावानं चांगभलं म्हणत ऊब असलेल्या कोणत्याही घरट्यात घुसतात. बलवान होतात. पुन्हा फुटीला सामोरे जातात. वर्षानुवर्ष हे असंच चाललंय. शेतकऱ्यांना खंबीर म्हणजे न फुटणारा आणि घरटी न बदलणारा, तत्त्वज्ञान न बदलणारा नेता मिळत नाही. जो मिळतो तो दर आणि उत्पादनखर्चाच्या पुढं

जात नाही. बुद्धिबळाच्या डावात ६४ घरं असतात. काही उंटासाठी, काही घोड्यासाठी व हत्तीसाठी, काही राजासाठी आणि प्याद्यांसाठीही असतात. बुद्धिबळाचा डाव रंगात यायचा असेल तर या सगळ्या घरांत संचार करावा लागतो. शेतीचंही तसंच आहे. तीही ६४ पेक्षा जास्त घरांत विभागलेली असते. प्रत्यक्षात भेगा बुजवण्याचा कार्यक्रम होतो. भेगा का पडतात, जमीन क्षारयुक्त का होते, तसं होऊ नये यासाठी कोणत्या शस्त्रक्रिया करायच्या याबाबतचा मूलभूत विचार फुले-शाहू-आंबेडकरांनंतर कुणी फारसा केला नाही. असो.

महाराष्ट्रातली शासनाची बहुतेक विश्रांतिगृहं व्हेंटिलेटरवर आली आहेत. खासगी लोक आता ती स्वतः चालवत आहेत. श्रीरामपूरचं विश्रांतिगृहही कोणत्याही क्षणी व्हेंटिलेटरवर जाईल, अशा अवस्थेत आहे. ...तर आम्ही रस्त्यावर आलो. आजच्या दिवसात कुठं काय होणार कळत नव्हतं. निपाणीत शरद जोशींच्या पहिल्या शेतकरी आंदोलनाला हिंसक वळण लागलं होतं. त्या वेळी पोलिसांनी केलेल्या लाठीमाराचा जोरदार अनुभव घेऊन बाहेर पडलेल्यांपैकी मी एक होतो. शरद जोशींचं तत्त्वज्ञान कुठून सुरू झालं आणि ते कुठं संपलं, हे सांगणं उचित नाही. कारण, प्रतिवाद करायला ते आता हयात नाहीत. एवढंच म्हणता येईल, की ते जातिअंताची भूमिका घेऊन सुरू झालं आणि भाजपमध्ये रमलं. विद्यमान परिस्थितीवर वेगळं भाष्य करण्याची गरज नाही. प्रवास सुरू झाला. रस्त्यावर अस्वस्थ वाटावी अशी शांतता. ठिकठिकाणी बाइकवर बसलेली टोळकी दिसायची. दुकानं आणि अन्य व्यवहार बंद करण्यास ती भाग पाडायची. पूर्वी 'बंद' करायला खूप ताकद लागायची. आता त्याची गरज नाही. 'भुईमुगाच्या शेंगा कुठं लागतात हे भाजपला ठाऊक नाही,' असं म्हणणारे कपाळावर कमळ घेऊन फिरत आहेत. एखाद्दुसऱ्या ठिकाणी खळ्ळखट्ट झालं, की इतरत्र शटर खाली होतात. बंद यशस्वी होतो. बंदला 'यशस्वी' हे विशेषण का वापरतात, हेही एक गूढच आहे.

एक्स्प्रेस हायवेनं जाण्याऐवजी आम्ही मधला मार्ग पकडला. दुकानं बंद होती. व्यवहार बऱ्यापैकी बंद होते. रस्त्यावर जगणाऱ्यांची बऱ्यापैकी पंचाईत झाली होती. रस्ते मात्र प्रचंड अस्वस्थ. कुठं कुठं 'रास्ता रोको' सुरू असल्याच्या बातम्या ऐकायला येऊ लागल्या. बाजार बंद होते. भाज्यांचे दर गगनाला भिडले होते. यापैकी छटाकभर दर जरी शेतकऱ्याला मिळाला तरी त्याचं भलं होणार आहे; पण तसं घडत नाही. शेतकऱ्याला चार आणे मिळतात, तेव्हा मधल्या व्यवस्थेनं दोन रुपये कमावलेले असतात. महात्मा फुले यांनी याचा मस्तपैकी हिशेब दीड-दोनशे वर्षांपूर्वी मांडला होता. आताही तो तसाच लागू आहे. तरीही आपण 'हरितक्रांती, जलक्रांती, धवलक्रांती झाली,' असं म्हणतो. यावर मात करणाऱ्या आत्महत्येच्या लाटा येतात तेव्हा मात्र क्रांतीचा दावा करणाऱ्यांची तोंडं बंद होतात किंवा मौनाचं व्रत तरी ते घेतात.

एक गोष्ट वर्षानुवर्ष चालत आलीय. 'रास्ता रोको' किंवा शासकीय मालमत्तेची हानी करण्यातच आंदोलन असतं काय? खरंतर शासकीय मालमत्ता आपणच भरलेल्या करांतून, आपल्याच श्रमातून तयार होते. रागाच्या भरात किंवा जाणीवपूर्वक आपण आपलीच मालमत्ता नष्ट करतो आणि नंतर मोठ्या कराचे 'मानकरी' होतो. मग कराविरुद्ध आंदोलन करतो. रस्ता आपला, एसटी आणि रेल्वे आपली, पोस्ट आपलं, सरकारी कचेऱ्याही आपल्या. आपणच त्यांचे मालक आहोत, ही भावना आपल्या मनात का येत नाही? अजूनही 'सरकार म्हणजे मालक आणि आपण म्हणजे गुलाम,' या मनोवृत्तीतून आपण बाहेर पडायला तयार नाही. सरकारचं नाक-तोंड दाबण्याचे वेगळे मार्ग आपण स्वीकारत नाही. 'सरकारचं नुकसान म्हणजे आपलं नव्हे, तर मालकाचं नुकसान' ही ब्रिटिशकालीन भूमिका आपण अजून जपून ठेवली आहे.

ज्ञानपीठ पुरस्कारविजेते शिवराम कारंथ एकदा असेच प्रवासाला निघाले होते आणि मध्येच 'रास्ता रोको' आंदोलनामुळं त्यांना थांबावं लागलं. आंदोलनकर्त्यांना ते म्हणाले : ''तुम्ही जो रस्ता अस्वस्थ बनवलाय त्यावरून मला चालण्याचा मूलभूत हक्क आहे. तुम्हाला आंदोलन करण्याचा हक्क आहे; पण माझा रस्ता अडवण्याचा हक्क तुम्हाला कुणी दिला?'' आंदोलकांनी ऐकलं नाही. कारंथ शासकीय व्यवस्थेकडं गेले. आपला रस्ता त्यांनी मोकळा करून घेतला. आंदोलनकर्त्यांना चूक कळली. आपल्या मागण्यांचा संबंध कुणाशी आहे आणि आपल्यामुळं कुणाची पिळवणूक होते, याचा विचार आता धूसर होत चालला आहे. शेतकऱ्यांच्याच नव्हे, तर सगळ्याच आंदोलनांत शासकीय मालमत्ता जाळण्याची जणू काही स्पर्धाच लागते. धार्मिक दंगल झाली की पेटव एसटी...महागाई वाढली की पेटव कार्यालय... फी वाढली की फेक सरकारी कचेऱ्यांवर दगड हा जुना पायंडा कधीतरी बदलणार आहे की नाही, हा प्रश्न पुन्हा तयार होतोय.

रस्ता हा मुळात धर्मनिरपेक्ष, तपस्व्यासारखा, झाडाच्या सावलीसारखा; पण त्यालाच वेठीला धरून अस्वस्थ बनवणं आणि इतरांचा प्रवासाचा हक्क हिरावून घेणं, यालाच आंदोलन म्हणायचं काय? शेतकऱ्यांची कर्ज माफ करावीत का? ती सरसकट माफ करावीत का? किती वेळा माफ करावीत? उद्योजकांचं कर्ज माफ होतं, मग शेतकऱ्यांचं का नाही, असे अनेक प्रश्न आहेत. काळाच्या ओघात आणि आंदोलनाच्या रेट्यात त्याची उत्तरं मिळतील किंवा मिळणारही नाहीत; पण आपल्या न्याय्य मागण्यांसाठीचं आंदोलन इतरांवर अन्याय करणारं ठरता कामा नये.

२५ जून २०१७

■ ■ ■

उजेडवाटा

जीवन कॅलेंडरच्या पानात किंवा पानांवर फिट केलेल्या २४ तासांच्या घरात कधी थांबत नाही... छोट्याशा चौकोनात असलेल्या ६४ घरांच्या बुद्धिबळातही ते उंट, प्यादी किंवा राजा मारत थांबत नाही... ऋतूंची संख्या मोजत कोणा एका ऋतूतही ते थांबत नाही किंवा कोणा एका मैलाच्या दगडावरही ते रेंगाळत नाही. आपापल्या गतीनं ते चालत असतं, धावत असतं आणि कधी कधी मॅरेथॉनमध्ये पोहोचतही असतं. कधी कधी सिग्नलवर हिरव्या रंगाची वाट पाहत उभं असतं; पण काही झालं तरी त्याला चालतंच राहायचं असतं, हे मात्र नक्की. जग टिकून कसं राहील, या गंभीर प्रश्नाचं साधंसोपं उत्तर म्हणजे ते चालत राहिलंय... चालता-चालता त्यानं हजारो-लाखो, कोट्यवधी कॅलेंडरं उलटून लावली. अर्थात, या सगळ्या कॅलेंडरांचा जन्महि माणसाच्या चालण्यातूनच झालेला... जीवन समजावून घेणं म्हणजे हे कॅलेंडर आणि त्यातली ३६५ घरंच समजून घेणं असतं. कोणत्या घरात काय वाढून ठेवलेलं असेल आणि जंगल संपल्यानं कधी कोणत्या घरात बिबट्या शिरेल आणि हॉल किंवा किचनचा ताबा घेईल, हेही समजून घेणं असतं. कॅलेंडरची पानं गळून पडण्याचा आनंदही असतो आणि दुःखही असतं. गळून पडलेलं पान पुन्हा कधीही कॅलेंडरला चिकटणार नाही, याचं दुःख असतं. कारण पानातल्या रंध्रारंध्रांत आपला इतिहास साठतो, आपल्या आठवणी साठलेल्या असतात. आनंद एवढ्यासाठी असतो, की नवं पान तरारण्यासाठी जुन्याला गळून पडावंच लागतं. हे जे काही गळून पडणं आणि नवं उगवणं याच्या मध्येच तर जीवन कुठंतरी घुटमळत असतं. कधी ते मौनात जातं, तर कधी कबुतरासारखं गुटर्SS घूम असं घुमत राहतं...

पुणे विद्यापीठातल्या १० नंबरच्या गेस्ट रूमचं दार २४ डिसेंबरच्या रात्री उघडलं तर दरवाजावर काहीतरी फडफडतंय असं वाटायला लागलं. अंधार होता, नीट काही दिसत नव्हतं. मान वर केली तर विजेच्या फ्यूजसाठी केलेल्या छोट्याशा लाकडी बॉक्सवर एक

कबूतर अंग चोरून बसलं होतं. कबुतरानं माणसाचा शेजार कसा काय स्वीकारला, हे कोडं काही उलगडलं नाही. पहाटे पाचला फिरायला जाण्यासाठी भीकचंद आला, तेव्हा मी रूमचा दरवाजा उघडला आणि रात्रभर बॉक्सवर बसलेलं कबूतर फडफड करत निघून गेलं. खूप वाईट वाटलं आणि अलीकडं इमारतीवर, धर्मस्थळांवर बसताना कबूतरं का बिचकतात, हेही लक्षात यायला लागलं.

नवं वर्ष आता केवळ पाच-सहा पावलांवर उभं ठाकलं होतं. जुनं वर्ष आपला अवतार संपणार म्हणून कबुतरासारखंच बिथरलं होतं; पण त्याला काय ठाऊक, की माणूस कधी तरी रूमचा दरवाजा उघडणार होता आणि त्याला असुरक्षितता वाटणार होती. 'फिरस्ती' सदर पाच-सहा वर्षं चाललंय. वाचकांनी आपला खांदा देऊन बरीच वर्षं पेललेलं हे सदर आहे. खांद्यावरून मग या सदराला त्यानं काळजात नेलं. थकला-भागला माणूस, अंधाराला कंटाळून उजेडासाठी शीळ घालणारा माणूस मग कधी या सदरात डोकावतो. कधी कधी काटेरी रूप घेऊन समाजात उगवलेलं दुःख वाटून घेतो. कधी कधी काट्याच्या आसपास उगवलेली छोटी-मोठी फुलं घेऊन आनंदी होतो. कधी कधी तो या सदराकडूनच उत्तराची अपेक्षा करतो. कधी कर्ण आणि हरिश्चंद्राची भूमिका घेऊन अंधार दूर करायला तो बाहेर पडतो. कधी कधी 'अत् दीप भव' या बुद्धाच्या वचनाप्रमाणेच तो स्वतःच आपल्या चामडीवर रुजू पाहणारा अंधार खरडत जातो. उजेडावरचा गंज चिमटी चिमटीनं पकडून फेकून देतो... काय काय करत राहिला हा 'फिरस्ती'चा वाचक याचा अंदाज सहा वर्षांनंतरही मला अजून आला नाहीय, याचं वाईटही वाटतं आणि आनंदही वाटतो. न कळण्यातून समजून घेण्याची एक उत्सुकता तयार होते आणि तिला किलकिलणारे का होईना आनंदाचे डोळे असतात. काही असो; पण 'फिरस्ती' वाचणाऱ्या अनेकांनी आपापली ऊर्जा, आपापली संवेदना वापरून अनेकांसाठी उजेडवाटा तयार केल्या आहेत.

नव्या कॅलेंडरचं स्वागत करत असताना आणि जुन्या घरांवर टकटक करताना सगळाच काही काळोख दिसत नाही. बऱ्याच घरांत उजेड दिसतो आणि या उजेडावर अर्थातच 'फिरस्ती'च्या वाचकांचं म्हणजे एका अर्थानं समाजाचं नाव कोरलं गेलं. जवळपास ३०० आठवड्यांत ३०० विषय या घराघरांत उतरले होते. उगीचच कुणावर टीका करायची म्हणून किंवा उगीचच कुणाच्या तरी मागं लागून त्याच्या गळ्यात हार घालायचा म्हणून हे विषय आले नव्हते. 'फिरस्ती'चा एकमेव उद्देश आहे आणि होता व तो म्हणजे समाजाचा प्रवास समजून घेण्याचा. समाज समजून घेण्याचा. समाजाचा एक सूक्ष्म धागा बनलेल्या आपल्या आयुष्याला समजून घेण्याचा. समाज आणि माणूस यांच्यात एक चिवट वीण असते. कधी कधी समाज समजावून घेताना आपण स्वतःला

समजावून घेतो आणि कधी कधी स्वतःचं स्क्रीनिंग करताना समाज कळून जातो. किती मस्त असतं हे सगळंच्या सगळंच ते लिहून सांगता येणार नाही. सोडून द्यायचं असतं तसंच आणि चालत राहायचं असतं. सहा वर्षांपूर्वी मी बऱ्याच वेळेला एकटाच चालायला बाहेर पडायचो आणि जेव्हा हे सदर सुरू झालं तेव्हा मात्र मी लाखो-कोट्यवधी लोकांच्या सोबत चालतोय, एवढ्या सगळ्या दुःखाबरोबर, विविध अनुभवांबरोबर, विविध चेहऱ्यांबरोबर चालतोय असं वाटायला लागलं. समूहाबरोबर चालत राहणं, कारवाँ तयार करणं, त्याचा एक घटक बनणं किंवा या सगळ्यांनी आपल्याला स्वतःचा घटक बनवणं तर खूपच आनंदी असतं. आपण आयुष्य का तुडवतो याचं प्रयोजनही हळूहळू का होईना कळायला लागतं. जगण्याचं प्रयोजन कळलं, की जीवन अधिक आशयपूर्ण बनतं. सुंदर बनतं.

पाच वर्षांच्या या दीर्घ प्रवासात मला लेखक आणि फिरस्ता बनवणाऱ्या वाचकांनी अनेक उजेडवाटा तयार केल्या. त्याचं एक कारण म्हणजे केवळ एक वाचक म्हणून नव्हे, तर समाजघटक बनून हा सगळा कारवाँ 'फिरस्ती' वाचत आला. तो समाजघटक बनल्यानंच या सगळ्या उजेडवाटा तयार झाल्या आहेत. किती आणि काय काय भेटलं या वाटांवर याची गणती मी स्वतः तर काही करू शकत नाही. हिशेब चुकत जातो. आनंद घेण्याऐवजी हिशेब चुकल्याचं दुःख तयार होतं. हे सदर काही प्रश्न सोडवण्यासाठी नव्हतं; तर समाज आणि त्याचा घटक असलेल्या माणसाला ओळखण्यासाठी होतं; पण घडत गेलं उलटंच. सदराच्या लोकप्रियतेतून एक नैतिक दबाव तयार होत गेला. काळोख दूर होण्यासाठी हात तयार होत राहिले. विचारी मनं तयार होत राहिली. या सगळ्यांनी या उजेडवाटा तयार केल्या. आपली लेखणी एक निमित्त असते. महाकाय समुद्र डोळ्यांत साठवून दुसरा किनारा कुठं असंल, याचा वेध ती घेत असते. मी बराच वेळ जागच्या जागी थांबलो होतो; पण या सदरानं मला फिरतं, चालतं ठेवलं. 'फिरस्ती'त भेटलेल्या सुख-दुःखांनी मला लोहचुंबकाप्रमाणं खेचून घेतलं. याच सदरानं विविध अनुभवांचे हार माझ्या गळ्यात टाकले. या हारातली फुलं कधी सुकली नाहीत. ती नेहमीच टवटवीत राहिली. मी या सगळ्या जीवनानुभवांचा, समाजानुभवांचा खूप आभारी आहे.

या सदरात लढणारे अनेक वाचक आणि समूह आले. त्यांच्यावर लढाई व्यवस्थेनंच लादली होती. त्यांना लढायचंच होतं; पण 'तू लढ' असा बुलंद आवाज याच सदरातून वाचकांनी निर्माण केला. लढाया धारदार झाल्या आणि त्यांचा शेवट सुंदर फुलांमध्ये झाला. दुःखाच्या शरीरावरच्या जखमांना याच फुलांनी सुगंधित केलं. फुटपाथवर काकड्या विकणारा एक जण न्यायाधीश झाला. बिगाऱ्याचं काम करण्याच्या शोधात नाशिकमध्ये आलेला एक तुरुंगाधिकारी झाला. पारध्यांची (म्हणजे समाजानं चोर ठरवलेल्या जातीची) दोन पोरं पोलिस खात्यात अधिकारी झाली. अंध असलेला जिवाजी

एक स्पर्धा परीक्षा उत्तीर्ण झाला. अंध असलेली संगीता पदवीधर होऊन नोकरीला लागली. येवल्याजवळ चार मुक्या पोरींना जन्म देणाऱ्या आईला बळ मिळालं आणि मुक्यांसाठी शाळा चालवणाऱ्या अर्जुनच्या शाळेला सचिन तेंडुलकरनं मदत केली. ३६५ दिवस शाळा चालवणाऱ्या सकट पती-पत्नीला राज्य आणि राष्ट्रीय पुरस्कार मिळाले...

याच सदराच्या निमित्तानं कल्पना दुधाळ या श्रेष्ठ कवयित्रीचा आणि झालंच तर बालिकेचाही शोध लागला. नाशिकच्या स्मशानात मृतदेहांची सेवा करणाऱ्या सुनीता पाटीलला महाराष्ट्रातले मोठमोठे पुरस्कार मिळाले. अशीच कथा भोरमधल्या शीतलची. तीही लहानपणापासून शवचिकित्सा करतेय. भोरला जाऊन आणि तिला बाहेर बोलावून समाजानं तिच्यावर कौतुकाचा आणि मदतीचा वर्षाव केला. नगरजवळ खरडगावात ३२ वर्षांपासून अंथरुणाला चिकटलेल्या मुलींची सेवा करणाऱ्या पालकांना ४० लाखांहून अधिक मदत मिळाली. बिनपगाराची नोकरी करत आणि चप्पल शिवून पोट भरणाऱ्या विलासलाही अशीच मदत झाली. ही सगळी उदाहरणं प्रातिनिधिक आणि लढणाऱ्यांना बळ देणारी. याचा अर्थ असा नव्हे, की 'फिरस्ती' सदर नसतं तर हे सगळे अंधारातच राहिले असते! या सदरानं एकच काम केलं आणि ते म्हणजे या लढाया वाचकांपर्यंत, समाजापर्यंत पोहोचवल्या. गावंच्या गावं बदलण्याचं काम लोकांनी केलं. गळून पडणाऱ्या स्वप्नांना पुन्हा उभारी दिली. त्यांच्या हातात नवं हत्यार दिलं. कोट्यवधींचा निधी गरजूंकडं परस्पर गेला.

खूप माणसं भेटली या सदरात. स्वतःचं बाळंतपण स्वतःच करणाऱ्या काही भगिनी भेटल्या. लाच खाणारा समूह भेटला. शिक्षणक्षेत्रात पोरं आणि मास्तर या दोघांची पकडापकडी करणाऱ्या घटना दिसल्या. वादळात टिकून राहिलेली आंदगोळ कादंबरी भेटली. अवयव आणि गर्भविक्री करणारे भेटले. काशीत गंगेच्या काठावर लवकरात लवकर मृतदेह जाळण्यासाठींचं युद्ध दिसलं. गैरविश्वासानं भरलेल्या काश्मीरमधील दऱ्या दिसल्या. मृतदेहासाठींच्या अनुदानात होणारी फसवणूक दिसली. शिक्षणाचा हक्क असतानाही स्वतःच्या कोवळ्या मनगटातून रक्ताच्या चिळकांड्या उडवत भीक मागणारा पोरगा दिसला. ऑनलाइन जगातही शरीर फोडून घेत भीक मागणारा पोतराज दिसला. घुमणारी भुतं दिसली. अंधश्रद्धांचे डोंगर दिसले आणि ते फोडणारेही दिसले. बोकडातून तयार झालेलं अर्थशास्त्र दिसलं. स्मशानातून पुन्हा स्मशानाकडं प्रवास करणारा अंजैया हा स्मशानजोगी दिसला. खोकल्याला आणि प्लेगला देवाच्या रूपात बसवणारी गावं दिसली आणि कबीर आळवणारं गावही दिसलं. बॉडीक्लॉक उलटं झालंय म्हणणारी आयटीतली पोरं दिसली. उच्च शिक्षण घेऊन भिकाऱ्यांच्या रांगेत बसलेलीही पोरं दिसली. अपंगत्वावर मात करून निवडणूक जिंकणारी युवती दिसली. 'निवडणुकीत मत विकून चूल पेटविता येईल' असं सांगणारी मावशी भेटली. कुंभमेळ्यात भीक मागून ८५ हजार रुपये जमवणारी

निरक्षर, मुकी बाई भेटली. 'हंबरुनी वासराला चाटते जेव्हा गाय...' या कवितेचे अनामिक ठरलेले कवी पाचपोळ भेटले. प्रतिज्ञा लिहिणाऱ्या लेखकाचा शोध लागला. मिरजेच्या वेश्यावस्तीत एका वेश्येच्या पोटीच जन्माला येऊन 'नैतिक' आणि 'वर्तन' अशा नावांनी जगणारी पोरं भेटली. विदर्भात कुमारीमाता एकगठ्ठा भेटल्या. 'बिसलेरीतलं पाणी प्यायल्यानं प्रतिष्ठा वाढते' असं सांगणारा झोपडीतला नागवा पोरगा भेटला. 'या सदरातला 'एक पोकळी असतेच' हा लेख वाचून आम्ही सामुदायिक आत्महत्या रद्द केली,' असं हातात लेखाचं कात्रण घेऊनच एक कुटुंब भेटलं. 'मी मृत्यू पाहिला,' असा दावा भावनाप्रधान होऊन करणारे प्रा. सूर्यनारायण रणसुभे भेटले. एवढंच काय, गेल्या पाच वर्षांत मला मोजता येणार नाहीत एवढ्या मुली, बहिणी, आया, भाऊ आणि बाप मिळाले. आता मी असा दावा करू शकतो, की गावागावांत मला नातेवाईक मिळालाय.

जीवन किती वळणं घेत चालतं. ते अंधार पांघरूण कधी कधी उजेड पितं, तर कधी कधी उजेड पांघरूण अंधार पितं... या साऱ्या प्रवासात 'फिरस्ती'मध्ये नैसर्गिकरीत्याच सुविचार वाटावीत अशी अनेक वाक्यं जन्माला आली. साताऱ्यात एक भगिनी या सगळ्याचं संकलन करतेय. सदानंद भोसलेनं 'फिरस्ती' हिंदीत नेली. कितीतरी शॉर्टफिल्म तयार झाल्या किंवा होण्याच्या वाटेवर आहेत. १२ पुस्तकं जन्माला आली. 'वाचक संपलेला नाही', असा धीर मला या सदरामुळं सतत मिळत आलाय, हे सांगायला मी कसं विसरू? या सदरानं मला इतकं फिरवलंय की पृथ्वीच्या दोन-तीन फेऱ्या त्यातून होतील. किती भन्नाट..! डायबेटिससारखी अखंड व्याधी या सदरामुळंच नियंत्रित झाली, असा माझा स्वतःचा अनुभव.

'या पोराचं आयुष्य अल्प असेल,' असं कुण्यातरी एका ज्योतिषानं माझ्या नातेवाइकांना सांगितलं होतं. 'फिरस्ती'नं हे भविष्य खोटं ठरवत वयाची ६० वर्षं ओलांडायला मदत केली. शेवटी 'हे सदर म्हणजे उत्तम कांबळे नव्हे' हे सतत लक्षात ठेवायला हवं. सदर म्हणजे एक समाज आहे. तोच नायक, तोच उजेडदूत आणि तोच उजेडाच्या वाटा तयार करतोय. समाज सगळ्याच्या सगळा कधी भ्रष्ट होत नाही, हेही मला 'फिरस्ती'नं शिकवलंय. मला घडवलंय. स्वतःकडं पाहायला शिकवलंय... पायाला माती आहे की नाही, हे रोज तपासायला शिकवलंय... मानवी प्रवासाशी जोडलेल्या सदराला तसा शेवट नसतो. लेखक भारवाहक असतो. खांद्यावरचा भार कमी-जास्त झाला तरी प्रवास सुरू असतो...अंधारातून उजेडाकडं, जुन्या वर्षातून नव्या वर्षाकडं... एका अनुभवातून दुसऱ्या अनुभवाकडं... शेवटी आयुष्य असतं तरी काय..?

१ जानेवारी २०१७

■ ■ ■

# उत्तम कांबळे यांची साहित्यसंपदा

- कादंबऱ्या (६) : श्रद्ध, अस्वस्थ नायक, पन्नास टक्क्यांची ठसठस, बुद्धाचा ऱ्हाट, शेवटून आला माणूस, मिरवणूक

- कथासंग्रह (५) : रंग माणसांचे, कथा माणसांच्या, कावळे आणि माणसं न दिसणारी लढाई, परत्या

- ललित (१४) : थोडंसं वेगळं, कुंभमेळ्यात भैरू, निवडणुकीत भैरू, तिरंग्यातून गेला बाप, फिरस्ती, जगण्याच्या जळत्या वाटा, अखंड घालमेल, संघर्ष : ज्याचा त्याचा, पावलातून बनते वाट, एक पोकळी असतेच..., उजेड-अंधाराचं आभाळ, श्वास आणि भास, काळजात धावतोय ससा.

- संशोधनपर ग्रंथ (४) : देवदासी आणि नग्नपूजा, भटक्यांचे लग्न, कुंभमेळा साधूंचा की संधिसाधूंचा, अनिष्ट प्रथा

- चरित्रपर ग्रंथ (४) : वामनदादांच्या गीतातील भीमदर्शन, नागनाथअण्णा, कुसुमाग्रज सुर्वे आणि बागूल, काळजातले आर. आर. आबा

- कवितासंग्रह (५) : जागतिकीकरणात माझी कविता, नाशिक तू एक सुंदर कविता, पाचव्या बोटावर सत्य, खूप दूर पोहोचलोत आपण, किनाऱ्यावरचा कालपुरुष

- जागतिकीकरणावरील साहित्याचे संपादन (६) : जागतिकीकरण आणि दलितांचे प्रश्न, झोत : सामाजिक न्यायावर, जागतिकीकरणातील मराठी कविता, जागतिकीकरणाची अरिष्टे, श्रमिकांचे जग : काल, आज आणि उद्या, जागतिकीकरणातील सांस्कृतिक संघर्ष

- संपादने (६) : प्रथा अशी न्यारी, गजाआडच्या कविता (कैद्यांच्या कवितांचे संपादन), रावसाहेब कसबे यांचे क्रांतिकारी चिंतन, शेतकऱ्यांच्या आत्महत्या : एक शोध, अण्णाभाऊ साठे साहित्य संमेलन : पाच अध्यक्षांची भाषणे, यशवंतराव चव्हाण : नवमहाराष्ट्राचे शिल्पकार

- अग्रलेखांचे संपादन (१) : डोंगरासाठी काही फुले

- मुलाखती संपादन (२) : लढणाऱ्यांच्या मुलाखती, आरपार कॉम्रेड

- आत्मकथने (२) : वाट तुडवताना, आई समजून घेताना

- डायऱ्या (२) : एका संमेलनाध्यक्षाची निवडणूक डायरी, एका स्वागताध्यक्षाची डायरी

- लेखकावरील ग्रंथ (६) : उत्तम कांबळे यांचे निवडक साहित्य - डॉ. प्रल्हाद लुलेकर, अस्वस्थ नायकाचे अंतरंग - प्रा. सरोज जगताप, अव्यक्त माणसाच्या कथा - संपादन राजन गवस, उत्तम कांबळे यांच्या निवडक प्रस्तावना - डॉ. मिलिंद कसबे, साहित्यिक : उत्तम कांबळे, डॉ. सिंधू जयवंत आवळ, उत्तम कांबळे यांची आत्मकथने : चर्चा आणि चिकित्सा - डॉ. शैलेश त्रिभुवन, उत्तम कांबळे यांचे साहित्य : एक दृष्टिक्षेप डॉ. रोहिदास जाधव